# உலகின் மிகப்பெரிய சக்தி எது?

மானுட சக்தியா?

கிரஹ சக்தியா?

தெய்வ சக்தியா?

நேரமா?

## சின்னசாமி குருஜி

*குருவின் விருப்பம்:*
*கஷ்டம் இல்லாத உலகை காண வேண்டும் என்பதே*

# உள்ளடக்கம்

# க்ஷேம நல ஸ்துதி

"स्वस्ति प्रजाभ्यः परिपालयन्तां न्यायेन मार्गेण मही महीशाः काले वर्षतु पर्जन्यः पृथिवी सस्य शालिनी देशोऽयं क्षोभ रहितो। लोकाः समस्ताः सुखिनो भवन्तु॥"

ஸ்வஸ்தி ப்ரஜாப்ய: பரிபாலயந்தாம் நியாயேன
மார்கேண மஹீம் மஹீஷா:
காலேம் வர்ஷது பர்ஜன்ய: ப்ருதிவீ ஸ்ஸ்ய ஷாலினீ
தேசோ'யம் க்ஷோப ரஹிதோ
லோகா: சமஸ்தா: ஸூகினோ பவந்து

• ஸ்வஸ்தி ப்ரஜாப்ய: பரிபாலயந்தாம் –
ஜனங்களைக் காவல்செய்ய அரசர்கள் நியாயத்தின்
வழியில் ஆட்சி செய்யட்டும்.

• நியாயேன மார்கேண மஹீம் மஹீஷா: –
நியாயமான பாதையில் அரசர்கள் பூமியை ஆளட்டும்.

• காலேம் வர்ஷது பர்ஜன்ய: – நேரத்துக்கு ஏற்றபடி
மழை பொழியட்டும்.

• ப்ருதிவீ ஸ்ஸ்ய ஷாலினீ – பூமி பயிர்களை
நிறைந்தவாறு வழங்கட்டும்.

• தேசோ'யம் க்ஷோப ரஹிதோ – இந்த தேசம்
கலவரமற்றதாக இருக்கட்டும்.

• லோகா: சமஸ்தா: ஸூகினோ பவந்து – உலகில்
உள்ள அனைவரும் மகிழ்ச்சியாக, பயமின்றி
வாழட்டும்.

# முன்னுரை

யாம் எழுதும் இந்த ஸ்தல புராணத்தில் பல புத்தகங்களைப் படித்தோ அறிஞர்களிடம் கேட்டோ இதை எழுதவில்லை. சொந்தமாக மனதில் உதித்த சொற்களே ஆகும். ஆகையால் இவற்றில் நிறைய பொருள் குற்றங்கள் இருக்க வாய்ப்புள்ளது. இந்த ஸ்தல புராணத்தைப் படிப்பவர்களில் ஏராளமான படித்தவர்கள், அறிஞர்கள், கேள்வி ஞானத்தில் கரை கண்டவர்கள், பெரும் ஞானிகள் இருப்பார்கள்; இவர்கள் இந்த ஸ்தல புராணத்தைப் படித்துவிட்டு நாம் என்ன கருத்துக்களை சொல்ல முனைந்து உள்ளோம் என்பதை மட்டும் கருத்தில் எடுத்துக் கொண்டு குற்றம் குறைகளை மன்னிக்கும்படி பணிவோடு கேட்டுக்கொள்கிறோம்.

ஒரு மனிதனால் எவ்வளவு சாப்பிட முடியுமோ அவ்வளவு மட்டுமே சாப்பிட முடியும். அதற்கு மேலும் வலுக்கட்டாயமாக அளவுக்கு மீறி அவருக்கு சாப்பாட்டைத் திணித்தால் என்ன ஆகும்? மூச்சு முட்டி மரணத்தை சந்திப்பதை தவிர வேறு வழியில்லை. அதேபோல்தான் ஒருவருக்குத் தாங்க முடியாத அளவிற்குத் துயரங்கள் தொடர்ந்தால் வாழ்க்கையை முடித்துக் கொள்ளும் அளவிற்குத் தள்ளப்படுவார்.

சமயோசித புத்தியால் அல்லது ஜோதிடம், ஜாதகம், வாஸ்து, குறி, அருள்வாக்கு, கிரகப்ரிகாரங்கள் பல செய்து பார்க்கலாமே; அல்லது ஊர் ஊராக கோவில் கோவிலாக அலைந்து இருக்கின்ற தெய்வ ஸ்தலங்களுக்கெல்லாம

சென்று வழிபட்டு குறைகளை நிவர்த்தி செய்து கொள்ளலாமே; துயரங்கள் நிவர்த்தி ஆவதற்கு என்றே ஆதிகாலம் முதல் இன்று வரை தெய்வ வழிபாடுகள், பூஜை, புனஸ்காரங்கள், நிறைய நிறைய உண்டு. அதன்மூலம் குறைகளை நிவர்த்தி செய்து கொள்ளலாமே என்ற யோசனையில் கூட பலர் சொல்லலாம். இதற்கு பொருளாதாரம் கை கொடுக்க வேண்டுமே.

இவை அனைத்தும் செய்து கூட பலரின் துயரங்கள் தீரவில்லையே. கடன்பட்டதால் மேலும் துயரங்கள் கூடியதே தவிர, கடின உழைப்பு, தன்னம்பிக்கை, சமயோசித புத்தி, விடாமுயற்சி, எதுவும் கை கொடுக்கவில்லை. இவை அனைத்தும் செய்தும் கூட துயரங்கள் குறையாமல் இருக்க காரணம் என்ன? கேள்வி மட்டுமே; ஆனால் பதில் தெரியவில்லை. மேடு - பள்ளம், வெயில் – நிழல், நன்மை - தீமை, இரவு - பகல், இன்பம் - துன்பம், ஆண் - பெண் இப்படி அனைத்தும் இரண்டு இரண்டாக இருக்கும்போது துன்பம் மட்டும் ஒன்றே நீடிக்கிறது. அப்படியானால் இன்பம் எங்கே

போயிற்று? இதற்கு மட்டும் ஏன் ஒரு வழிப்பாதை? ஒன்று இருந்தால் மற்றொன்று இருந்துதானே ஆகவேண்டும்? இதுதானே படைப்பின் நியதி. கர்மவினை, விதி, பூர்வ ஜென்ம பாவம் என்றெல்லாம் கூறுபவர்களின் நடைமுறை வாழ்க்கையில் கூட பிரச்சினைகள் துயரங்கள் வரத்தானே செய்கிறது. இந்தக் கஷ்டங்கள் என்பது ஜாதி, மத, இன, மொழி, தேசங்களைக் கடந்து நடக்கும் நிகழ்வுகள். இதில் ஏழை, பணக்காரன் என்ற பாரபட்சமே பார்க்கவில்லை. (*தற்போது உள்ள கொரோனா 2019 என்ற கொடிய கிருமியை போல).

ஆதிகாலத்தில் நடந்தே தான் ஒரிடத்திலிருந்து மற்றொரு இடத்திற்கு அனைவரும் சென்றார்கள். ஆனால் ஒரு சிலர் மட்டும் சீக்கிரம் செல்ல வேண்டும் என்று பல நாட்கள், பல வழிகளில் முயன்று சக்கரம் என்ற ஒன்றை கண்டு பிடித்தர்கள்; எல்லாரும் எளிதில் பயணித்தார்கள். இதேபோல் காலம் போகப்போக டெலிபோன், மின்விளக்கு, கார், விமானம் போன்ற பலவகை சாதனங்கள் கண்டுபிடித்தனர். கண்டுபிடித்தது என்னவோ ஒரு சிலர்தான். ஆனால் அனுபவித்து பலனை அடைவது அனைவரும்தான். இப்படி ஒரு நிலைதான் நேரக்கோவிலை உருவாக்கிய சுவாமிகளுக்கும் நிகழ்ந்துள்ளது.

இந்தப் பிரபஞ்சமே உருவாகும்போது பல பிரச்சனைகளை சந்தித்துதான் உருவாகியுள்ளது. ஒன்றுடன் ஒன்று மோதியோ ஒன்றுடன் ஒன்று இணைந்தேதான் உருவாகி உள்ளது. இதில் சில மாற்றங்கள் தவறுகள் இருக்கலாம். இந்தப் பிரபஞ்சமே பல பிரச்சனைகளை சந்தித்துத்தான்

உருவாகியுள்ளன என்கிறபோது முதல் உயிரினம் என்று அனைவராலும் ஓரளவு ஏற்றுக் கொள்ளும் அமீபா என்ற உயிரினம் முதல் இன்று வரை உருவாகியுள்ள அனைத்து உயிரினங்களும் பலவித பிரச்சினைகள், கஷ்டங்களை சந்தித்துக் கொண்டுதான் உள்ளது.

இந்த உலகில் உருவாகியுள்ள உயிர் ஒட்டியுள்ள அனைத்து ஜீவராசிகள், மரம், செடி, கொடி, புல், பூண்டுகள், நடப்பன, பறப்பன, ஊர்வன, நீந்துவன ஆகிய அனைத்துமே எதோ ஒருவகையில் கஷ்டங்களை சுமந்து கொண்டுதான் வாழ்கின்றன. இந்த பிரபஞ்சத்தை உருவாக்கியது யார்? அதில் உருவாகியுள்ள ஜீவராசிகளை உருவாக்கியது யார்? இந்த கேள்விக்கு சரியான விடையை தெளிவாக இதுவரை எவரும் கூறியதில்லை. ஆனால் ஒன்று மட்டும் உறுதி: பிரபஞ்சமோ உயிரினங்களோ தானாக உருவாகவில்லை; ஏதோ ஒன்றுடன் இன்னொன்று மோதியோ அல்லது இணைந்துதான் இந்த பிரபஞ்சமும் ஜீவராசிகளும் உருவாகியிருக்க முடியும். இதைப் படிக்கும் வாசகர்களும் ஓரளவு ஏற்றுக் கொள்வார்கள் என்றே நினைக்கிறோம். முன்பே கூறியபடி பிரபஞ்சமோ, ஜீவனோ உருவாகும்போதே பிரச்சினைகளை தாங்கிக்

கொண்டுதான் உருவானது. அப்படிப்பட்ட நிலையில் அந்த
பிரபஞ்சங்ககளின் கஷ்டங்கள் நீங்குவதும்
அவசியம். எதுவுமே நிரந்தரம் அல்ல என்பது நியதி. அப்படி
இருக்கையில் பிறப்பு இருந்தால் இறப்பும் இருப்பது போல்
மேடு-பள்ளம், நன்மை-தீமை, பகல்-இரவு, இப்படி
அனைத்தும் இரண்டு இரண்டாகவே உருவாகியுள்ளது.

இவ்வளவு ஏன்; கல்லில் கூட ஆண் கல், பெண் கல் என்று
இருப்பதாக சிற்பக் கலைஞர்கள் கூறுகிறார்கள். ஒன்றுடன்
ஒன்று இணைந்தே அனைத்தும் உருவாகி இருக்க வேண்டும்.
இவ்வாறு உருவான ஜீவன்கள் ஆரம்பமாகி முடிவும்
அடைகின்றன. ஆரம்பம் என்ற ஒன்று இருந்தால் முடிவும்
இருந்தே ஆகவேண்டும் என்கிற போது, பிரச்சினைகள் என்ற
ஒன்று இருக்கும்போது அது தீர்க்கப்படும் என்பதும்
வந்துதானே ஆக வேண்டும்? இதுதானே இயற்கையின்
நியதி?

பிரச்சினைகள் என்பது மானுடர்களுக்கு மட்டுமல்ல; சகல
ஜீவராசிகளுக்கும் உண்டு. மனிதர்களுக்கு பிரச்சினைகள்
வரும்போது அதிலிருந்து மீள வழியைத் தேட தெரிகிறது.
ஆனால் ஐந்தறிவு நாலறிவு மூன்றறிவு ஜீவராசிகளுக்கு
அதிலிருந்து மீள துல்லியமான வழி தெரியாது.
ஆகையால்தான் மரம் செடி கொடிகளை வெட்ட
நினைக்கும் போது அவர்களால் தப்பிக்க முடியவில்லை.
ஆனால் இவர்களுக்கும் இது ஒரு வகையான
பிரச்சினைதான்.
நேரக்கோவில் ஸ்ரீ காலதேவி ஸ்தல வரலாற்றில் இதை
உருவாக்கிய குருஜி அவர்களின் பிறப்பு, பணியாற்றிய

இடங்கள், அங்கு நடந்த சம்பவங்கள், திருமண வாழ்க்கை,
பூர்வீக இல்லத்தில் பெற்றோருடன் வாழ்ந்தது, அங்கு நடந்த
இன்ப துன்ப நிகழ்வுகள், அதன்பிறகு திசைமாறிய
காரணம், அதனால் ஏற்பட்ட மாற்றங்கள், தற்போது வரை
நடந்த நிகழ்வுகளை முன் பாதி சொந்த வாழ்க்கையை
பற்றியும் பின்பாதி நடந்த சம்பவங்களால் உந்தப்பட்டு
இப்படி ஒரு கோவில் உருவான காரணத்தையும் எழுத
முற்பட்டு உங்கள் முன் சமர்ப்பிக்கின்றோம்.

குருஜி அவர்களுக்கு கதை எழுதுவது என்பது கடுக்காயை
தின்பதுபோல். எஸ். எஸ். எல். சி. வரை மட்டுமே அவர்
படித்தது. கதை எழுதவும் படிக்கவும் துளியும் பிடிக்காது.
இருந்தாலும் ஸ்தல புராணம் என்ற அமைப்பில் சுய சரிதை
உடன் நேரக்கோவில் ஸ்ரீகாலதேவி வரலாற்றையும் சேர்த்து
தனக்கு தெரிந்த வரை எழுத முயற்சித்துள்ளார். ஆகையால்
இதை படிக்கும் வாசகர்கள் எதையும் மனதில் வைத்துக்
கொள்ளாமல் மன்னிக்கும்படி பணிவோடு
கேட்டுக்கொள்கிறோம் நன்றி.

# நேரக்கோவில் ஸ்தலபுராணம்

ஸ்தல புராணம் என்றால் என்ன? ஸ்தல புராணம் என்பது எந்த ஒரு கோவிலும் அது உருவான காரணகர்த்தாவை குறிப்பதாகும். ஒரு கோவில் அமைய ஏதாவது ஒரு குறிப்பும் யாராவது சில சக்திகள், மகிமைகள் நிறைந்தவரின் பிறப்பு, அவர்கள் நிகழ்த்திய அதிசயங்கள் அற்புதங்கள் வைத்து அவர்களுக்கு பிறகு அவர்களின் திருநாமங்களில் கோவில் கட்டி வழிபட்டு, அவர்களை வணங்குவதன் மூலம் மக்களின் துயரங்கள் பிரச்சினைகள் குறையும் என்ற நம்பிக்கையில் வழிபட்டு வந்தனர். ஐயப்பன், திருப்பதி, பழனி போன்ற பல தெய்வ ஸ்தலங்கள் தென்னகத்தில் இருப்பது போல வடக்கேயும் பல ஆயிரக்கணக்கான கோவில் ஸ்தலங்கள் உருவாயிற்று. இப்படி உருவான ஒவ்வொரு கோவில்களுக்கும் ஒரு ஸ்தல புராணம் உண்டு.

ஒவ்வொரு கோவிலும் உருவாவதற்கு அந்தக் கால கட்டத்தில் வாழ்ந்த மன்னர்கள் அல்லது மத தலைவர்கள் அங்கு வாழ்ந்த மக்களின் எண்ணப்படி சூழ்நிலைகளின்படி அவர்கள் நிகழ்த்திய அற்புதங்கள், மகிமைகள் நடந்த ஸ்தலத்திற்கு அக்கம்பக்கமே அப்படிப்பட்ட கோவில்கள் அமைந்தன. இப்படி அமைந்த கோயில்களின் ஸ்தல புராணங்கள் அனைத்தும் முழுக்க முழுக்க எழுதப்பட்டது போல் உண்மையானவைதானா என்பதை எவராலும் உறுதியாக கூற இயலாது. ஆனால் ஸ்தலபுராணம்

படித்தபின் இருக்கலாம் என்று நாம் ஒப்புக் கொள்ளலாமே தவிர உண்மையில் நடந்தது என்ன என்பதை எவரும் அறியார். கிருஷ்ணர், சிவன், விஷ்ணு, ஆதிபராசக்தி, முருகன், பிள்ளையார், அனுமன் போன்ற சிறியதும் பெரியதுமாய் பல்லாயிரக்கணக்கான திருநாமங்களில் நாடு முழுவதும் திருத்தலங்கள் உள்ளன.

இப்படி சக்தி வாய்ந்த தெய்வங்களை எப்போதெல்லாம் மக்களுக்கு பிரச்சினைகள் தலை தூக்குகிறதோ அப்போதெல்லாம் அங்கு சென்று வழிபட்டு வந்துள்ளனர். இந்த தெய்வ சக்திகள் யாரால் எப்படி ஏன் அவதரிக்கப்பட்டார்கள்; என்ன என்ன அற்புதங்கள் செய்துள்ளார்கள் என்றெல்லாம் ஆழமாக யோசித்தால் எவராலும் பதில் சொல்ல இயலாது. இப்போதுள்ள எவரும் பார்த்தறியார். வழிவழியாக சொல்ல கேள்வி அவ்வளவே. மேற்கூறிய தெய்வ சக்திகள் அவதார தெய்வங்களாகும்.

அடுத்து மக்களோடு மக்களாக நகமும் சதையுமாக வாழ்ந்த பல பெரிய மகான்கள், ஞானிகள், ரிஷிகள் வாழ்ந்து மடிந்து இப்போதும் வாழ்ந்து கொண்டிருப்பதாக எண்ணி அவர்களுக்கு கோவில் எழுப்பி வழிபட்டு வருவதையும் காணலாம். சீரடி பாபா, ராகவேந்திரா, ரமண மகரிஷி, விசிறி சாமியார் போன்ற ஆயிரமாயிரம் மகான்கள் பெயரில் கோவில்கள் எழுப்பி வழிபட்டு வருவதையும் கண்கூடாக பார்க்கிறோம். இது போக ஒவ்வொரு ஸ்தலத்திற்கு என்றும், ஒவ்வொரு குலதெய்வத்திற்கு என்றும் கோவில்களும் ஒவ்வொரு

கிராமத்திற்கு என்று கிராமத்து கோவில்களும் கட்டி
வழிபட்டு வருவதையும் பார்க்கிறோம்.

    ஆக ஸ்தல புராணம் என்பது ஏதோ ஒரு காலத்தில்
அவதாரங்களாகவும் மக்களோடு மக்களாக நகமும்
சதையுமாக நம்மோடு வாழ்ந்து பல அற்புதங்களை
நிகழ்த்தி மறைந்ததால் அவர்களுடைய சக்தியால்
மக்களுடைய கஷ்டங்களை தீர்த்து வைப்பார்கள் என்று
அவர்களுக்கு கோவில் கட்டி வழிபட்டு அதன் மூலமே
அக்கோவில்களில் ஸ்தல வரலாறு எழுதப்பட்டது. பின்வரும்
மக்களுக்கு அக்கோவில்களைப் பற்றி தெரிந்து கொள்ள
வேண்டும் என்பதற்காக எழுதப்பட்டதே ஸ்தலபுராணம்,
ஸ்தல வரலாறு ஆகும். மேற்கூறிய கோவில்கள் அனைத்தும்
அப்போது வாழ்ந்த மன்னர்களாலேயோ அல்லது பெரிய
பெரிய குருமார்களால் மக்கள் ஒன்று கூடி
உருவாக்கப்பட்டிருக்கும்.


ஆனால் இப்போதுள்ள நேரக்கோவிலோ, ஒரு தனிப்பட்ட
மனிதர் தாங்க முடியாத துயரங்களையும் கஷ்டங்களையும்
என்ன செய்தால் இந்தத் துயரங்களில் இருந்து விடுபடலாம்
என்று சிந்தித்து பலவகை ஆராய்ச்சிகள் செய்து எவர்

துணையுமின்றி கடும் முயற்சி எடுத்து இப்படி ஒரு கோவில் உருவாக்கியுள்ளார். இவர் இக்கோவிலை உருவாக்க என்னென்ன இன்னல்கள், இடர்கள் சந்தித்துள்ளார், ஏன் எப்படி எங்கு உருவாக்கினார் என நேரக்கோவில் பக்தர்கள் அனைவரும் தெரிந்து கொள்ளவே எழுதப்பட்டதாகும். இதில் சொல்லப்பட்ட விதத்தில், விஷயத்தில் குறைகள் நிறையவே இருக்கலாம். ஆனால் பெரும்பாலானவர்களால் ஓரளவு ஏற்றுக் கொள்ளக் கூடிய வகையில்தான் இருக்கும் என்று நம்புகிறோம். சொல்லப்பட்ட கருத்துக்களை சற்று விரிவாக சிந்தித்துப் பார்த்தால் உண்மை என்னவென்று தெரியவரும்.

குரு என்பவர் யார்? ஆன்மீகத்தில் மட்டுமல்ல; எந்த ஒரு விஷயமும் குரு இல்லாமல் கற்றுக்கொள்ள இயலாது என்பது ஒரு பொதுவான கருத்து. ஓரளவு ஏற்றுக் கொள்ளலாமே தவிர குரு இல்லாமல் எந்த ஒரு நிகழ்வோ, கண்டுபிடிப்போ இருக்க வாய்ப்பில்லை என்று கூறுவது முழுவதுமாக ஏற்றுக் கொள்ள வாய்ப்பில்லை. குரு இல்லாமல் எதையும் கற்றுக்கொள்ள முடியாதா என்ற கேள்வி பரவலாக எழுகிறது. அப்படிப் பார்த்தால் குருவுக்கு குரு யார்? அந்த குருவுக்கு குரு யார்?

இப்படி குருவுக்கு குரு என்று போய்க் கொண்டே இருந்தால் ஆதியில் யாரோ ஒருவர் பல ஆண்டுகள் கஷ்டப்பட்டு ஆராய்ச்சி செய்து, பல வருடங்கள் கடும் தவம் இருந்து, புதிய பொருட்களையும் ஆன்மீக ரகசியங்களையும் நுணுக்கங்களையும் கண்டறிந்திருப்பார். அவர்களை முதல் குரு என்றே கூறலாம். இவர்கள் வழிவழியாக சீடர்களுக்கோ,

விசுவாசமாக இருந்த பணியாளர்களுக்கோ வித்தையாக தாங்கள் கற்றதை பிறருக்குக் கற்றுக் கொடுத்திருக்கலாம்.

பல ஆன்மீக ரகசியங்களைக் கண்டறிந்தது போல் நவீன யுகத்தில் மின்விளக்கு, ரேடியோ, ரயில் என்ஜின், கார், பஸ், விமானம் போன்ற கோடான கோடி உபகரணங்களைக் கண்டு பிடித்தவர்கள் யார்? அவர்களுக்கு எல்லாம் முதல் குரு யார்? ஏதோ ஒன்றை அடிப்படையாக வைத்து கண்டறிய வேண்டும் என்ற தனியாத தாகம் அல்லது தேவை நிர்ப்பந்தம் அல்லது காலத்தின் கட்டாயத்தினால் மேற்கூறிய கண்டு பிடிப்புகள் நிகழ்ந்துள்ளன. இவைகளையே வழிவழியாக வந்தவர்களுக்கு கற்றுக் கொடுக்கப்பட்டது.

ஆன்மீகத்திலும் சரி; லௌகீக வாழ்க்கையிலும் சரி, சீடர்களும் தொண்டர்களும் அவர்கள் கற்றுக் கொடுத்ததை அப்படியே ஏற்றுக் கொண்டு பல மாற்றங்கள் செய்து இருக்கலாமே தவிர அடிப்படை குருதான். குருவிடம் கற்றதை செயல்படுத்தி வருகின்றனர். ஆக ஒரு தேடலின் முடிவுதான் முதல் குரு.

# ஓம் ஸ்ரீ காலதேவியே நமோ நமஹ

இப்படி ஒரு வேண்டுதலோடு இந்த நேரக்கோவிலின் ஸ்தல வரலாறு; அதாவது இப்படி ஒரு கோவில் ஏன் எதற்கு எப்படி எங்கு உருவாயிற்று என்று எழுத முனைந்துள்ளார் நல்ல நேரத்தின் ஒத்துழைப்புடன்.

அப்போது திருநெல்வேலி மாவட்டம் சங்கரன்கோவில் தாலுகாவில் உள்ள அய்யனேரி (கோவில்பட்டி அருகில்) என்ற கிராமத்தில் வசித்து வந்த, பர்மா அகதிகளாக வந்த, தைவத்திரு லக்ஷ்மண பெருமாள் கிச்சம்மாள் தம்பதியினருக்கு பிறந்த பன்னிரண்டாவது ஆண் குழந்தைதான் குருஜி. தாத்தாவின் திருநாமமாகிய ரங்கசாமி என்ற திருநாமம் சூட்டி வளர்ந்து வந்த தவப்புதல்வர் ஆவார். தாத்தா உயிருடன் இருக்கும்போது அவர் பெயரால் அழைக்கக் கூடாது என்று சின்னசாமி என்ற பெயரில் அழைக்கப்பட்டார்.

லக்ஷ்மண பெருமாள் கிச்சம்மாள் தம்பதியருக்கு மகனாய்ப் பிறந்த போது அந்த ஊரிலேயே மிக மிக வசதியான சூழ்நிலையில் செல்வ செழிப்போடு வளர்ந்து வந்தார். கிச்சம்மாள் என்ற திருநாமம் அந்த ஊர் சுற்று வட்டாரங்களில் மிகப் பிரபலம். காரணம் அதிக வசதி இல்லாத அந்தக் காலத்தில் சிக்கலான கர்ப்பிணி தாய்மார்களுக்கு பிரசவம் பார்ப்பதில் கைதேர்ந்தவர் என்பதால். அதாவது 1940-களில் இக்கட்டான பல

பிரசவங்களை மிக எளிதாகக்
கையாண்டவர். அக்காலத்தில் வாழ்ந்த பிரபல பிரசவ
நிபுணர்களால் கூட சில சமயம் பார்க்க முடியாது என்று
கைவிட்ட நிலையில் பல பிரசவங்களை மிக எளிதாகக்
கையாண்டு கைராசி மருத்துவச்சி என்ற பெயர் பெற்று
சுற்று வட்டாரங்களில் பிரபலம்.

இவ்வளவுக்கும் அப்போது மருத்துவக் கூலியாக அவர்
பெற்றுக் கொண்டது வெறும் ஒரு ரூபாய் மட்டுமே. அவர்
விரும்பியிருந்தால் பல இக்கட்டான பிரசவங்களை
பார்த்ததன் மூலம் பெரும் பணம் சம்பாதித்து இருக்கலாம்
(கூலியாக வாங்கிய அந்த ஒரு ரூபாய் கூட அந்த ஊரில்
கோவில் கொண்டிருக்கும் பெருமாளுக்குத் தரவே). நாற்பது
ஏக்கர் நிலம், தோட்டம் துறவு, ஆட்டுக்கார தாத்தா பேரன்
என்ற பட்டப் பெயரும் உண்டு. அந்த ஊரிலேயே 500 ஆடுகள்
நிறைந்த ஆட்டுப் பண்ணை வைத்திருந்த முதல் நபர்
தாத்தா என்பதால் இப்படி ஏகபோக வசதியுடன் இருந்ததால்
செல்வ செழிப்போடு வளர்க்கப்பட்டார்.

காலம் கடந்தது; தாத்தா இறந்தார். படிப்படியாக சொத்தும்
குறைந்தது. ஒரு காலகட்டத்தில் பஞ்சம் தலை விரித்து
ஆடிய நிலையில், திருநெல்வேலி சென்று மாதக் கணக்கில்
தங்கி, நெல் அறுவடை செய்து, கூலியாகப் பெற்ற இரண்டு
மூன்று மூடை நெல் களஞ்சியங்களை வீட்டிற்குக் கொண்டு
வந்து பிள்ளைகளுக்குக் கொடுத்துக் காப்பாற்றி வந்தார்
தாயார் கிச்சம்மாள். இப்போது நமது குருஜி உடன் பிறந்த
மூன்று அக்காள், மூன்று அண்ணன்கள் மட்டுமே

இருப்பு. ஆனால் எப்போதும் மீனாட்சி ஆட்சிதான் அந்த வீட்டில். அப்பா லக்ஷ்மண பெருமாள் பரமசாது.

பூமி, ஏர், மாடு என்று கொஞ்சம் கொஞ்சமாக வளர்ச்சி அடைந்து ஓரளவு சுமாரான நிலைக்கு வந்தபோது நமது குருஜி நாளொரு மேனி பொழுதொரு வண்ணமுமாய் வளர்ந்து வந்துள்ளார்.

உள்ளூரில் உள்ள ஆரம்பப் பாடசாலையில் படித்து வந்தார். அந்த ஊரில் அழகு வடிவமாக வலம் வந்தார். ஊரார் அனைவருக்கும் அவரைப் பிடிக்கும். நல்ல சிவந்த மேனி. மொழுக் மொழுக் என்று இருப்பார். படு சுட்டி. குட்ட கத்தரிக்காய் என்ற பட்ட பெயர்களுடன் ஊரில் உள்ள அனைவராலும் கொஞ்சப்பட்டார்.

காலம் பறந்தோடியது. அத்துடன் தாயாருக்கு தீராத காசநோயும் தொற்றிக் கொண்டது அதன்பிறகு தாயாரால் சரியாக நடமாட முடியவில்லை. நமது குருஜி அவர்கள் எட்டாவது வரை உள்ளூரில் படித்தபின் அடுத்து ஒன்பதாவது படிக்க மூன்று கிலோ மீட்டர் தொலைவில் உள்ள கோவில்பட்டி உயர்நிலைப் பள்ளியில் சேர்ந்தார். அதன்பிறகு பத்தாவது படிக்க வசதி இல்லை என்ற குடும்ப சூழல் காரணமாக ராஜபாளையத்தில் உள்ள உறவினர் மூலம் சின்னைய ராஜா பள்ளியில் தர்ம விடுதியில் சேர்ந்து படித்தார். மீண்டும் பழையபடி கோவில்பட்டி சென்று நாடார் உயர்நிலைப் பள்ளியில் சேர்ந்து ஒரு வழியாக பத்தாவது படிப்பை முடித்தார் (எஸ். எஸ். எல். சி.).

சிறுவயதிலிருந்தே பிறர் போலவே நாமும் வாழக் கூடாது; ஏதாவது சாதித்து மற்றவர்களில் இருந்து மாறுபட்டவனாக வாழ வேண்டும்; இதற்கு என்ன வழி? இதைப்பற்றித் தான் சதா சிந்தித்துக் கொண்டே இருப்பார். ஆனால் தாயாரின் நிலைமையோ நாளுக்கு நாள் மோசமாகிக் கொண்டே போயிற்று. அதைப் பற்றியும் அப்போது தீவிரமாகச் சிந்தித்தார். தாயார் ஊருக்குத் தானே உழைத்தார்; ஊர் மக்களுக்கு நல்லது தானே செய்து வந்தார்; இலவசமாக பிரசவம் பார்த்தார். அதையும் மீறி கிடைத்த ஒரு ரூபாயைக் கூட கடவுளுக்குத் தானே கொடுத்தார்? அப்படி இருக்க அந்தக் கடவுள் கூட அம்மாவின் வியாதியை குணப்படுத்த வில்லையே என்று கடவுள் மீது கோபப்பட மட்டுமே அவரால் முடிந்தது.

தவிர அவரால் வேறு என்ன செய்ய முடியும்? ஊர் ஊராக பல ஆஸ்பத்திரிகளுக்கு தூக்கிச் சென்றார். இலவச ஆஸ்பத்திரி எப்படி இருக்கும். அனைவருக்கும் தெரிந்ததே. காச நோய் நாளுக்கு நாள் கூடியதே தவிர குறைந்தபாடில்லை. நமது பங்கிற்கு ஏதாவது செய்தாக வேண்டும். ஏதாவது ஒரு வழியில் (நல்ல வழியில் மட்டும்) நாமும் சம்பாதிக்க வேண்டும். இப்படி இரவும் பகலும் காசநோயால் கஷ்டப்படுகிறார்களே; காசு பணம் சம்பாதித்து தனியார் ஆஸ்பத்திரியில் காண்பிக்க வேண்டும் என்று உறுதி கொண்டார்.

ஒரு நாள் வீட்டில் இருந்து ஐந்து ரூபாய் எடுத்துக் கொண்டு சங்கரன்கோவில் ஆடித்தபசு அன்று ஏதாவது செய்து

சம்பாதிக்க வேண்டும் என்று நினைத்து ஒரு
விளையாட்டு நிகழ்த்தினார்.

இரண்டு பலகைகளில் கம்பியை வைத்து, கம்பிக்குள் ஒரு
காலணா அளவில் ஒரு வளையம் கோர்த்து, அந்தக்
கம்பியில் ஒரு வயரும் வளையத்தில் ஒரு வயரும் ஹாரனில்
சேர்த்து இணைத்து விட்டார். அந்த கம்பிக்குள் இருக்கும்
ஹாரன் மற்றொரு வயர் வளையத்தில் உள்ளதால் அந்த
வளையம் கம்பியில் பட்டால் ஹாரன் சத்தம் கேட்கும்படி
வடிவமைத்தார். யாரொருவர் வளையம் கம்பியில் பட்டு
விடாமல் (கம்பியில் வளையம் பட்டால் ஹாரன் சத்தம்
கேட்டு விடும்) மூன்று தடவை (ஓரடி நீளம்) அந்தக்
கடைசியிலிருந்து இந்தக் கடைசி வரை ஹாரன் சத்தம்
கேட்காமல் இழுத்து விடுகிறார்களேwhen அவர்களுக்கு இந்த
சிங்கப்பூர் டார்ச்லைட் பரிசு என்று அறிவித்தார். ஒருமுறை
இழுக்க காலணா டிக்கெட் வசூலித்தார். (அந்த சிங்கப்பூர்
டார்ச்லைட் அவரது வீட்டின் பரம்பரை சொத்து) மிக மிக
அத்தியாவசியமான ஒன்று. அதைப் பந்தயம் வைத்து
விளையாடினார். எப்படியும் சம்பாதித்து விடலாம், ஒரு

முனையிலிருந்து ஹாரன் சத்தம் வராமல் எவராலும் இழுக்க முடியாது என்ற அசைக்க முடியாத நம்பிக்கையினாலும் அசட்டு தைரியத்தினாலும் இப்படி ஒரு விளையாட்டை விளையாடினார்.

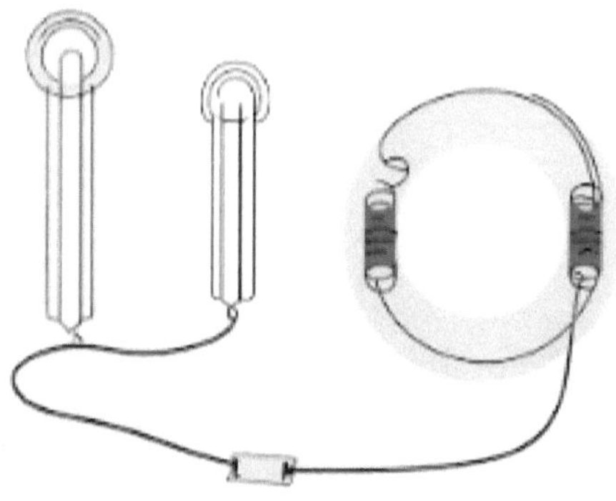

காசு என்னமோ இருபத்தி ஐந்து ரூபாய் வரை சேர்ந்தது வாஸ்தவம்தான். ஆனால் அவருடைய போதாத காலம்; எவனோ ஒரு சாமர்த்தியசாலி பணம் கட்டி, அந்தத் தகட்டை கம்பியில் படாமல் எளிதாக கொண்டு வந்து பரிசாக டார்ச் லைட்டை தட்டிக் கொண்டு சென்று விட்டான். இந்த டார்ச் லைட்டுதான் அவருடைய வாழ்க்கையின் திசையை மாற்றிவிட்டது.

இனி சிங்கப்பூர் டார்ச்லைட் இல்லாமல் வீடு சென்றால் தர்ம அடி கிடைப்பதோடு உள்ளேயே விட மாட்டார்கள் என்று நினைத்து, கால் போன போக்கில் கள்ள ரயிலேறி கிளம்பி விட்டார். எங்கே போகிறோம் என்ன செய்யப் போகிறோம் என்று தெரியாமல் மனம் போன போக்கில் பயணித்தார். முதன் முதலில் கடவுளை நிந்தித்தார். அப்போதிலிருந்து கடவுளாவது கத்தரிக்காயாவது; அப்படி எதுவும் இல்லை. கடவுள் கோவில் பூஜை எல்லாம் வெறும் பிதற்றல். நல்லது

தானே செய்தோம்? ஆனால் அது ஏன் அன்று அம்மாவுக்கு உதவவில்லை? இன்று எனக்கும் உதவவில்லை. கடவுள் வெறும் கல். அதை ஏன் எல்லாரும் கும்பிடுகிறார்கள் என்ற வேதனை சோகம் ஒரு பக்கம்; மறுபக்கம் பசி வேறு காதை அடைக்கிறது.

இந்த ரயில் எங்கு போய் நிற்குமோ? அங்கு போய் என்ன செய்யப் போகிறோம்? பதினெட்டு வயது வாலிபன்; ஒரே ஒரு கால்சட்டை, ஃபுட்பால் படம் போட்ட ஒரு முண்டா பனியன். இத்தோடு ரயிலில் ஏறி சீட்டுக்கு கீழே ஒளிந்து படுத்திருந்தார். நல்ல சிவந்த மேனியும் முண்டா பனியனும் ஆங்காங்கே திட்டுத்திட்டாக அழுக்கு ஒட்டி இருந்தது. ஒரு வழியாக ரயில் நின்றது. மெட்ராஸ் எக்மோர் என்ற எழுத்தைப் படித்ததும் பட்டணம் வந்து விட்டோம் என்ற ஆர்வம் ஒரு பக்கம்; மறு பக்கம் யாரும் பிடித்து விடக்கூடாதே என்ற பயம் வேறு. ஒருவழியாக ஏதோ ஒரு பாதை வழியாக வெளியேறிக் கால் போன போக்கில் நடந்து கொண்டே இருக்கும் போது திடீரென்று மயக்கம் போட்டுக் கீழே விழுந்தார்.

விழுந்த இடம் சென்னை புகாரி ஹோட்டல் வாசல். பலரும் கூடி விட்டனர். யார் இந்தப் பையன்? பார்க்க பரிதாபமாக உள்ளது, என்று ஹோட்டல் முதலாளியிடம் சொல்ல, அவர் உள்ளே அழைத்து சென்று முதலில் ஆசுவாசப்படுத்தி சாப்பிடக் கொடுத்தார். ஒரளவு தெளிவான நிலையில் விபரம் கேட்டுள்ளார். பையன் பார்க்க நன்றாக இருக்கிறான். ஒரளவு படித்தவன் போல் தெரிகிறான் என்று நினைத்து அந்த ஹோட்டலில் பெஞ்சு துடைக்கும் பணியில் அமர்த்தப்பட்டார். அங்கேயே சாப்பாடு, தங்கும் வசதி இருந்ததால் காலை நான்கு மணியிலிருந்து இரவு 11 மணிவரை வேலை கடினமாக இருந்தாலும் இப்போதைக்கு இதை விட்டால் வேறு வழி இல்லை. ஆகையால் கஷ்டம் தெரியவில்லை. வீட்டை விட்டு ஓடி வந்து விட்டதால் எல்லோரும் தேடுவார்கள் என்று நினைத்து நடந்ததை கடிதம் மூலம் விவரித்து, தற்போது பணியில் இருப்பதையும் தெரிவித்தார்.

இப்படியாக சுமார் மூன்று மாதங்கள் ஓடி இருக்கும். புகாரி ஹோட்டலுக்கு ரொட்டி, பிஸ்கட், பன் போன்ற பதார்த்தங்களை தினமும் மெட்ராஸ் பிஸ்கட் ஸ்டாலில் இருந்து வேனில் கொண்டு வந்து சப்ளை செய்வார்கள். அப்படி ஒருநாள் பிஸ்கட் ஸ்டால் ஓனர் பையன் சப்ளை செய்த பண்டங்களுக்கு பணம் வாங்க காரில் வந்து ஹோட்டல் முதலாளியுடன் அமர்ந்து பேசிக் கொண்டிருக்கும் போது தற்செயலாக குருஜியை பார்க்க நேர்ந்தது. யார் இந்த பையன்; புதுசா திரிகிறானே; என்று ஆச்சரியத்துடன் கேட்டிருக்கிறார். ஹோட்டல் முதலாளி விபரத்தை கூறியுள்ளார். அதைக் கேட்டதும் இந்த பையனை என்னுடன் அனுப்ப முடியுமா என்று கேட்டார். தாராளமாக அழைத்து செல்லுங்கள் என்று ஹோட்டல் முதலாளி சம்மதம் தெரிவிக்க, அவர் வந்த காரிலேயே (அப்போதுதான் முதல் முறையாக காரில் ஏறுகிறார்) நேராக அவர் வீட்டுக்கு சென்றார்.

அழைத்து சென்று அவருடைய அம்மா, தங்கை, பணியாற்றும் அனைவருக்கும் அறிமுகப் படுத்தினார். தகப்பனார் பெயர் வர்கீஸ். வயது 50 ஆக இருக்கலாம். ராணுவத்தில் ஆள் சேர்க்கும் அதிகாரியாக இருக்கிறார். தாயார் பெயர் ஹார்த்து மேரி. வயது 45 ஆக இருக்கலாம். தங்கை பிலோமினா வயது 17 இருக்கலாம். பையன் பெயர் செரியன். மலையாள கிறிஸ்தவ குடும்பம் என்று ஒரிரு தினங்களில் தெளிவாக தெரிந்து கொண்டார்.

பையன் பிஸ்கட் ஸ்டாலை கவனித்துக் கொள்கிறார். தங்கை கல்லூரியில் முதலாம் ஆண்டு படிக்கிறாள். தினமும

காரில் சென்று வருகிறார். லாயிட்ஸ் ரோட்டில் பிஸ்கட் ஸ்டால். அதை ஒட்டி சுமார் மூன்று கிரவுண்ட் நிலத்தில் சொந்த பங்களா. கேரளாவில் 500 ஏக்கர் ரப்பர் எஸ்டேட். ஆஸ்திக்கு ஒரு ஆண்; அழகுக்கு ஒரு பெண். அம்சமான குடும்பம். எல்லாருக்கும் என்னை அறிமுகப் படுத்தியதும், அனைவரும் என்னையே துருதுரு என்று பார்த்தனர். பிறகு அம்மா அருகில் வந்து அழுக்கு பனியனை கழட்டச் சொல்லி, பாத்ரூமை காட்டி, அது சுடுநீர், அது சாதா நீர்; அது டாய்லெட், இது சோப்பு, டவல்; புது டூத் பிரஷ் கொடுத்து (டூத் பிரஷ் இதுவரை உபயோகித்தது இல்லை), நன்கு சோப்பு போட்டு குளித்து விட்டு வா என்று சொன்னார்கள்.

குருஜிக்கு எல்லாமே புதிதாகத் தெரிந்தது. இப்படி எல்லாம் கூட குளிக்க வசதி உள்ளதா என்று நினைத்துக் கொண்டு கொஞ்சம் யோசிக்கவும் செய்தார். மலையாள தம்பதிகள் நம்மை ஏன் ஒரு காட்சி பொருளாக பார்க்கிறார்கள். பார்த்த ஒன்று இரண்டு மணி நேரத்திலேயே நம் மீது இவ்வளவு பாசமா? ஏன் என்று பலவாறு யோசிக்கலானார். அதுவும்

சாதாரண ஒரு வேலைக்காரனை ஏன் இப்படிக்
கவனிக்கிறார்கள் என்று நினைத்து ஏதோதோ குழம்பிய
பல சிந்தனைகளுக்கு இடையே சில நல்ல எண்ணங்களும்
உதயமாயிற்று. ஒருவாறு குளித்து முடித்து விட்டு வெளியே
வந்தால் அதற்குள் பையன், இரண்டு ஜோடி கால் சட்டை,
மேல் சட்டை, பனியன், ஒரு ஜோடி செருப்பு வாங்கி தயாராக
வைத்திருந்ததை போட்டுக் கொள்ள சொன்னான். பல
நாட்கள் காய்ந்திருந்த தலைக்கு எண்ணெய் தேய்க்க
சொல்லி அந்த அம்மா பாசத்துடன் தலையை சீவி விட்டது
வியப்பிலும் வியப்பாக இருந்தது. மாந்திரீகம் செய்து சிறு
பிள்ளைகளை பலி கொடுப்பார்கள் என்று பல கதைகளில்
படித்த ஞாபகம். அதை நினைத்து சற்று பயந்து இருந்தாலும்
நடப்பது நடக்கட்டும் என்று பயம் கலந்த திருதிரு
பார்வையால் அங்கும் இங்கும் வெறித்து வெறித்து பார்த்துக்
கொண்டிருக்க, தந்தையும் பணி முடிந்து வீட்டுக்கு
வந்துவிட்டார். பையனும் கடையிலிருந்து வந்துவிட்டார்.
பொண்ணும் கல்லூரியிலிருந்து வந்திருந்தாள்.

ராணுவ அதிகாரி பிள்ளைகளை அன்பாக தலையை
வருடிக் கொடுத்துக் கொண்டே விசாரித்தார். ஆக
நால்வருடன் டைனிங் டேபிளில் அமர வைத்து அந்த அம்மா
என்னையும் அவர்களுடன் சரிக்கு சரியாக அமரச் சொல்லி
அனைவருக்கும் உணவு பரிமாறினார்கள்.
அவர்களுக்குள்ளே மலையாளத்தில் பேசிக் கொண்டாலும்
என்னிடம் தமிழில் பேசினார்கள். கூச்சப்படாமல் சாப்பிடு
தம்பி என்று அன்புடன் உபசரித்தார். ஏதேதோ அசைவ
உணவு முட்டை உட்பட என்னென்னவோ இருந்தது. இதற்கு

முன் டைனிங் டேபிளையோ இப்படி ஒரு சமயலையோ பார்த்ததே இல்லை.

எங்கள் ஊரில் சோளக்கஞ்சி, கம்மங்கஞ்சி என்றுதான் இருக்கும். தீபாவளி பொங்கலுக்குத் தான் இட்லி, தோசை, நெல்லுச்சோறு பார்க்க முடியும். அதுவும் பாய் கூட இருக்காது. தரையில் அமர்ந்து தான் சாப்பிடுவோம். அப்படி இருக்க இங்கு இப்படி ஒரு உபச்சாரம். ஏன், ஒருவேளை பலி கொடுக்கும் ஆட்டுக்கு நல்ல தீனி கொடுப்பது போல இருந்ததாக ஒரு கற்பனை. ஓரளவு பயம் இருந்தாலும் பல நாள் கழித்து நன்கு குளித்ததால் என்னவோ, நல்ல பசி எடுத்தால் நன்கு சாப்பிட்டார். உண்மையிலேயே இப்படி ஒரு சமையலை சாப்பிட்டதே இல்லை. ஆக எல்லாரும் சாப்பிட்ட பின் ஒரு மணி நேரம் ஓய்வு அதாவது குட்டித் தூக்கம் போட்டார்கள்.

ஆனால் இவருக்கு மட்டும் தூக்கம் வரவே இல்லை. எப்படி வரும்? உங்களுக்கு இப்படி ஒரு சூழ்நிலை ஏற்பட்டால் தூக்கம் வருமா? பல சிந்தனைகள். நம் மீது இவ்வளவு பாசம் ஏன்? இது உண்மையா அல்லது வேறு ஏதாவது நோக்கமா? ஒன்றும் புரியாமல் தவியாய் தவித்து மாலை 4:30

ஆகிவிட்டது. எல்லாரும் மீண்டும் டைனிங் டேபிளில் கூடினார்கள். தாயார் அனைவருக்கும் சுடச்சுட பஜ்ஜி பக்கோடா டீ கொண்டு வந்து கொடுத்து என்னையும் சாப்பிடச் சொன்னார்கள். சரியாக ஐந்து மணிக்கு ராணுவ அதிகாரி நடை பயிற்சிக்கு சென்றுவிட்டார். "அம்மா நான் கடைக்குக் கிளம்புகிறேன்," என்று கூறிவிட்டு பையன் என்னையும் உடன் அழைத்துச் சென்றார்.

கடை மிகவும் விசாலமாக இருந்தது. முன் பக்கம் ஷோ கேஸ்வுடனும் பின்புறம் மிகப்பெரிய அளவில் 15 பேர்கள் வேலை செய்து கொண்டிருந்தனர். அதுதான் பலகாரங்கள் தயாரிக்கும் இடம். முன்புறம் ஆறு விற்பனையாளர்கள் வாடிக்கையாளர்களை கவனித்துக் கொண்டிருந்தார்கள். பையன் சின்ன முதலாளி எம்மை அழைத்து வந்து கல்லாவில் உட்கார வைத்துவிட்டார். எனக்கு அப்படி ஒரு ஆச்சரியம். என்ன இது முன்பின் தெரியாத என்னை இப்படி ஆயிரக்கணக்கில் பணம் புழங்கும் கல்லாவில் உட்கார வைத்ததின் காரணம் எதுவும் புரியவில்லை. பேந்த பேந்த முழித்தேன்.

"இனிமேல் தினமும் கல்லாவில் நீதான் உட்கார வேண்டும்," என்று கூறி எல்லா வழிமுறைகளையும் சொல்லிக் கொடுத்தார். பணியாட்கள் அனைவரையும் அழைத்து என்னை அறிமுகம் செய்து வைத்தார்.

"இனி மேல் இந்த பையன்தான் கல்லாவில் உட்காருவான். இவன்தான் உங்களுக்கெல்லாம் முதலாளி," என்று கூறியதும் அப்படியே ஆடிப்போய் விட்டேன். அறியாப்

பருவம். எதுவுமே புரியயில்லை. அம்மாவை அத்தை என்றும் அப்பாவை பெரிய மாமா என்றும் தன்னை சின்ன மாமா என்றும் அழைக்க வேண்டும் என்று கூறி இருந்தார்.

"சரி; பார்த்துக் கொள். நான் வேனில் சரக்குகளை ஏற்றிக்கொண்டு பத்திருபது கடைகளுக்கு சப்ளை செய்துவிட்டு வருகிறேன்," என்று கூறிவிட்டு சென்றுவிட்டார்.

அதன்பிறகு கடை விற்பனையாளர் ஒருவரை அழைத்து மெதுவாகப் பேச்சுக் கொடுத்ததில் ஓரளவு விபரம் தெரிந்து கொண்டேன்.

"தம்பி, நீங்க அவங்க அத்தை பையன் மாதிரி இருப்பதால் உங்களை இப்படி கவனிக்கிறார்கள். அத்தை பையன் இதே வயது. நல்ல சிவப்பு. உங்களை அப்படியே உரித்து வைத்த மாதிரியே இருப்பார். ஒரு விபத்தில் அத்தை, மாமா, அந்தப் பையன் மூவரும் இறந்துவிட்டனர். அதனால்தான் என்னவோ உங்கள் மூலம் அவரை பார்க்கிறார்கள் போலும்," என்று கூறிய பிறகுதான் எல்லாம் தெளிவாக புரிந்து பயம் போய்விட்டது. நிம்மதி உண்டாயிற்று.

அதன் பிறகு சொந்தக் கடை போல் கவனித்துக் கொண்டேன். முதலாளி பையன் சப்ளை செய்து விட்டு சரியாக இரவு ஒன்பது மணிக்கு வந்தான். கடை ஊழியர்களை அனுப்பி விட்டு கடையைச் சாத்தி, கல்லாவில் இருந்த காசு பணம் எடுத்துக்கொண்டு நானும் அவரும் வீடு வந்து சேர்ந்தோம்.

மீண்டும் ஒரு முறை குளிக்க சொன்னார்கள். குளித்தவுடன் ஒன்றாக அமர்ந்து சாப்பிட்டோம். அப்போது மீண்டும் ஒருமுறை எல்லா விவரங்களையும் தெளிவாக கேட்டார்கள்.

மறுநாள் ஞாயிற்றுக்கிழமை விடுமுறை. அன்று அனைவரும் ஏழு மணிக்கு எழுந்து குளித்து ரெடியாகி இருந்தார்கள். என்னையும் ஆறு மணிக்கு எழுப்பி, குளிக்கச் சொல்லி, புது ஆடைகளை உடுத்திக் கொண்டு தயாராகும் படி கூறினார்கள். சரியாக காலை 7.15 மணிக்கு எல்லாரும் என்னையும் உடன் அழைத்துக் கொண்டு இரண்டு கார்களில் தேவாலயம் சென்றார்கள். அங்கே எல்லாரும் ஏதேதோ செய்தார்கள். எனக்கு ஒன்றும் புரியவில்லை.

பத்து மணிக்கு தேவாலயம் விட்டு மார்க்கெட் சென்று காய்கறி மட்டன் மீன் எல்லாம் வாங்கிய பின் (இன்று ஒருநாள் வாங்கிய பணத்தை வைத்துக் கொண்டு எங்கள் வீட்டில் ஒரு மாதம் பொழுதை ஓட்டி இருக்கலாம்) வீடு திரும்பினோம். அன்று முழுவதும் ஆட்டம் பாட்டம் ஒரே கொண்டாட்டம்தான். பிலோமினா என்ற அந்த மங்கை இன்று ஒரு தேவதையாகக் காட்சியளித்தாள். நல்ல சிவப்பு, கொள்ளை அழகு.

மறுநாள் பெரிய மாமா அலுவலகம் சென்று விட்டார். பெண்ணோ கல்லூரி சென்று விட்டாள். சின்ன மாமா மட்டும் என்னை ஸ்கூட்டரில் அழைத்து கொண்டு ஒரு மைதானத்தில் ஸ்கூட்டர் ஓட்ட கற்றுக்கொள்ளச் சொல்லி நல்ல முறையில் கற்றுக் கொடுத்தார். ஏன் எதற்கு என்று

தெரியவில்லை. தினமும் ஒரு மணி நேரம் ஒரு மாதம் வரை அதாவது நானாக சுயமாக தெளிவாக சின்னவரை பின்னால் அமர வைத்து ஓட்டும் வரை தெளிவாக கற்றுக் கொண்டேன். ஆறு மாதங்கள் கழித்து கார் ஓட்ட கற்றுத் தருவதாகவும் கூறினார்.

இவரும் சரி, இவர் வீட்டிலும், சரி அளவிற்கு அதிகமாக பாசம் காட்டியது வியப்பாக இருந்தது. இது எங்கே போய் முடியப் போகிறதோ தெரியவில்லை. சரியாக இரண்டு மாதங்கள் கழித்து கல்லூரிக்குச் செல்லும் பிலோமினாவை காரில் செல்வதை நிறுத்திவிட்டு அன்றிலிருந்து என்னை தினமும் ஸ்கூட்டரில் அழைத்து சென்று கல்லூரியில் விடச் சொன்னார்கள்.  விட்டுவிட்டு அப்படியே கடைக்கு வர சொல்லி இருந்தார்கள்.

மாலை மூன்று மணிக்கு பழையபடி கல்லூரியில் இருந்து அழைத்து வருவதும் நானே. இவர்கள் என்னதான் நினைக்கிறார்கள். ஒரு வயசுப் பெண்ணை முன்பின் தெரியாத என்னோடு எதை நம்பி அனுப்புகிறார்கள். ஒன்றுமே புரியவில்லை. சரி என்னதான் நடக்கிறது பார்ப்போமே. இப்படியே சுமார் ஒன்பது மாதங்கள் கடந்திருக்கும்.

அடுத்த மாதம் தீபாவளி வருகிறது.  நாமும் நமது பங்கிற்கு ஏதாவது சம்பாதித்துத் தர வேண்டும் என்ற நல்ல எண்ணத்தில் தினமும் கடையில் 50, 100 என்று தனியாக எடுத்து சேமித்து, சிறப்பு அலங்காரம் செய்து, தீபாவளியன்று அதிகமான வாடிக்கையாளர்களை ஈர்க்க

வேண்டும் என்று நினைத்தேன் (நினைப்புதான்
பொழப்பைக் கெடுத்தது; பட்டும் திருந்தவில்லை).

நாம் ஒன்று நினைத்தால் காலம் ஒன்று நினைக்கும்
என்பார்களே. நான் இங்கு சுகமாக வசதியாக இருப்பதை
விலாவாரியாக வீட்டிற்கு பல முறை கடிதம் எழுதி
இருந்தேன். பையன்தான் வசதியாக இருக்கிறானே என்று
ஊரில் உள்ளோர் நினைத்து, ஊரில் படும் இன்னல்களைக்
கூறி, கடிதம் மூலம் மிக மிக வேதனையுடன் கண்ணீர் மல்க
கடிதத்தில் குறிப்பிட்டு எழுதி இருந்தனர்.

இக்கடிதத்தை பார்த்த நான் மிகவும் வேதனையுற்று
கடையை சிறப்பாக அலங்காரம் செய்ய இதுவரை தனியாக
எடுத்து வைத்திருந்த ரூபாய் ஆயிரம் பணத்தை எவருக்கும்
தெரியாமல் மணியார்டர் செய்து விட்டேன். மனம் சஞ்சலம்
அடைந்தது. நம்பிக்கை துரோகம் செய்து விட்டோமே என்று
வேதனையில் இரண்டு மூன்று நாட்களாக வீட்டில்
எவருடனும் சரியாக பேசவில்லை. சரியாக சாப்பிடவில்லை.
சரியாக தூங்கவில்லை. பேசாமல் சின்னவரிடமே கேட்டு
இருக்கலாம் என்று ஒரு மனம் சொன்னது. மற்றொரு மனம்
உன் ஏழ்மையின் புராணத்தை ஆரம்பிக்க போகிறாயா
என்றது.

ஒருவாறு மனதை சமாதானப் படுத்திக் கொண்டேன்.
வீட்டில் எல்லாரும் மனதிற்குள் கண்டு பிடித்து விட்டார்கள்
என்பது அவர்களுக்குள்ளேயே குசுகுசுவென்று பேசிக்
கொண்டார்கள். எண்ணமோ நடந்துள்ளது. நன்கு
கலகலப்பாக சுறுசுறுப்பாக இருக்கும் பையன் ஏன் திடீரென

இரண்டு மூன்று நாட்களாக துக்கமாக இருக்கிறான்.
காரணம் தெரியாமல் விழித்தார்கள்.

ஒரு வாரத்தில் மணியார்டர் ரசீது கடை விலாசத்திற்கு
வந்துள்ளது. அந்த நேரம் நான் வெளியே சென்றிருந்ததால்
சின்னவர் இடம் கிடைத்துள்ளது என்ற விவரத்தை கடை
பணியாளர் மூலம் தெரிந்து கொண்டேன். என் நாடி
நரம்பெல்லாம் ஆடி விட்டது.

என்ன நடக்குமோ? வீட்டை விட்டு வெளியே போடா
நாயே! நாயைக் குளிப்பாட்டி நடு வீட்டில் வைத்தால் அதன்
குணத்தைத் தானே காட்டும். பாம்புக்குப் பால் வார்த்தால்
சமயத்தில் கொத்தத் தானே செய்யும் என்று நினைத்து
வெளியே விரட்டுவார்களோ. இது கூட பரவாயில்லை.
இப்படி நடந்தால் கூட பரவாயில்லை. ஆனால் கல்லாவில்
உள்ள பணத்தைத் திருடி விட்டான் என்று போலீசில் புகார்

கொடுத்து விலங்கு மாட்டி இழுத்து செல்ல
வைப்பார்களோ?

இப்படியே பேசாமல் ஓடி விடலாமா? இப்படி பலவாறு
சிந்தனைகள் பதற்றம். மனம் திக் திக் என்று
அடித்துக்கொண்டது. என்ன நடந்தாலும் சரி, தவறு செய்து
விட்டோம். அதற்குரிய தண்டனையை அனுபவித்தே ஆக
வேண்டும். அதை விடுத்து, சொந்த பையன் மாதிரி ஆதரவு
காட்டி, குடும்பத்தில் ஒருவனாகப் பாவித்த அவர்களிடம்
சொல்லாமல் ஓடுவது படு மோசமான செயலாகும். அதற்குப்
பதில் அவர்கள் கொடுக்கும் தண்டனை எதுவானாலும்
மனமுவந்து ஏற்றுக் கொள்வதே சாலச் சிறந்தது, என்று
நினைத்துக் கொண்டு கடைக்கு சென்றேன்.

விவரம் இன்னும் வீட்டுக்கு தெரியாது. அனாதையாக
ஹோட்டலில் எச்சிலை எடுத்து டேபில் துடைத்துப்
பிழைத்தவனுக்கு இப்படி ஒரு முதலாளி ஸ்தானத்தையே
கொடுத்தவர்கள். பாசத்தைக் கொட்டி கொடுத்து
வந்தவர்களுக்கு நாம் செய்தது எவ்வளவு பெரிய பச்சை
துரோகம் என்றெல்லாம் நினைத்துக் கொண்டே கடைக்கு
சென்றேன்.

சின்னவர் ஒரு வார்த்தை கூட அதைப் பற்றி பேசவில்லை.
எதுவுமே நடக்காதது போல் எப்போதும் போல் கடையை
அடைத்து விட்டு வீட்டிற்கு அழைத்துச் சென்றார். சரிதான்,
பூஜை வீட்டில் தான் நடக்கப் போகிறது போலும். நால்வரும்
காரி உமிழ்ந்து வீட்டை விட்டு வெளியே போடா நாயே என்று
எல்லாரும் சேர்ந்து சொல்லப் போகிறார்கள். எதற்கும்

தயாராக இருப்போம். வேறு கதி? அவர்கள் என்ன செய்தாலும் சரி, என்னமாய் ஏசினாலும் சரி, பேசாமல் இருப்பதே உத்தமம்...... காலில் விழுந்து கதறுவோம். மன்னித்தால் பார்ப்போம். இல்லை எனில் என்ன நடக்குமோ அதை சந்திப்போம்.

இப்படி பலவாறாக எண்ணங்கள் ஓடியது. வீடு வருவதற்குள் மனம் படாத பாடு பட்டது. கிட்டத்தட்ட மரண வாயிலில் நிற்பதுபோல் இருந்தது. சின்னவர் வீட்டுக்கு உள்ளே நுழைந்ததும்,

"அம்மா, அப்பா, பிலோமினா. எல்லாரும் வாங்க. நீங்களே கேளுங்கள். இவனுக்கு நாம என்ன குறை வைத்தோம்? ஆனால் இவன் என்ன செய்து இருக்கிறான்? இவனுடைய பிறந்த ஊரில் வீட்டில் உள்ள அனைவரும் மிக மிகக் கஷ்டப்படுகிறார்கள். வந்த கடிதத்தை பார்த்தால் அழுகையே வந்துவிடும். இதோ நீங்களே பாருங்கள்."

அந்தக் கடிதத்தைக் கொடுத்துவிட்டு, கண்ணீர் மல்க, "தீபாவளிக்கு சிறப்பாகக் கடையை அலங்கரிக்க தினமும் 50, 100 என்று சேமித்து வைத்திருந்தவன் இந்தக் கடிதம் பார்த்ததும் அந்த சேமிப்பு பணத்தை ரூபா 1000 வீட்டுக்கு மணியார்டர் செய்து இருக்கிறான். இப்படியா செய்வான்? நம்ம ஆளாக இவன் நம்மை நினைக்கவில்லை. என்ன இருந்தாலும் எங்கிருந்தோ வந்தவன் தானே? இவனுக்கு ஒரு கஷ்டம் என்றால் நம்மால் தாங்கிக் கொள்ள முடியுமா?"

அத்தையும் பெரிய மாமாவும் அருகில் அழைத்து, "நீ பணம் அனுப்பியது தவறு அல்ல. எங்களிடம் கூறியிருந்தால் 5000, 10,000 -மாக அவர்கள் படும் கஷ்டத்திற்கு நீ அனுப்பியது போதுமா? எங்களிடம் சொல்லி இருந்தால் தேவைக்கு அதிகமாக அனுப்பி இருப்போமே. நீ அனுப்பிய அந்த ஆயிரம் ரூபாய் அவர்கள் படும் கஷ்டத்திற்கு கடுகளவு கூட காணாதே," என்று எல்லாரும் சேர்ந்து அன்புடன் கண்டித்தனர். (இப்படி ஒரு நிகழ்வை மையமாக வைத்து சிறந்த கதாசிரியர்களாக இருந்தால் 100, 200 பக்கங்களில் வர்ணித்து எழுதி இருப்பார்கள்.)

எனக்கு என்ன சொல்வதென்றே தெரியவில்லை. தடால் என அனைவரின் காலில் விழுந்து மன்னிக்கும்படி மன்றாடினேன்.

"நீ தவறே செய்யவில்லை. மன்னிப்பு எதற்கு? உன் கடை. நீயும் இந்த வீட்டில் ஒரு முதலாளிதான். எல்லா உரிமையும் உனக்கு உண்டு. அப்படி இருக்க உங்கள் வீட்டில் கஷ்டம் என்றால் யானைக்கு சோளப்பொரி கொடுப்பது போல வெறும் ஆயிரம் ரூபாய் எப்படி போதும் என்பதுதான் எங்கள் வேதனை." (அன்பானவர்களே, இந்த நிகழ்வை உங்கள் கண் முன் நிறுத்திப் பாருங்கள். எப்படி ஒரு நெகிழ்ச்சி ஏற்படும் என்று தெரியவரும்.)

அதன் பிறகு என்னை அவர்கள் சமாதானப் படுத்தி சாப்பிட வைத்து தூங்க செல்லுமாறு கூறினார்கள். ஆனால் என்ன நடக்குமோ ஏது நடக்குமோ என்று நடுங்கிக் கொண்டிருந்த எனக்கு அவர்கள் அதற்கு மாறாக என்னை சமாதானப்

படுத்தியது நினைத்தால் என்ன சொல்வது; வார்த்தைகளே வரவில்லை.

படுத்தால் தூக்கம் வரவில்லை. ஆனால் மறுநாள் காலை எனக்கு மட்டும் சஞ்சலமாக இருந்தது. வீட்டில் உள்ளவர்களை நேருக்கு நேராக சந்தித்து பேச தைரியம் வரவில்லை. ஆனால் அதற்கு மாறாக ஏதும் நடக்காதது போல் எப்போதும் இருப்பது போல் அவர்கள் அனைவரும் சகஜமாகப் பேசினார்கள். பழகினார்கள். இதுதான் என் மனதை பலவாறாகப் புண்படுத்தியது. இரண்டு திட்டு, இரண்டு அடி கொடுத்திருந்தால் கூட மனம் கொஞ்சம் அமைதி அடைந்திருக்கும்.

இப்படியே இது தொடர்ந்தால் செய்த துரோகத்தை நினைத்து நினைத்து ஒரு நாள் பைத்தியமே பிடித்து விடும். ஏதாவது செய்தாக வேண்டும் என்று சதா நினைப்பு மட்டும் மனதில்  உறுதியானது.

பத்து மாதம் கடந்த நிலையில் கல்லூரிக்குத் தினமும் என்னுடன் ஸ்கூட்டரில் சென்று வரும் அந்த பிலோமினா பொண்ணு காலப்போக்கில் மெதுவாக என்னை விரும்ப ஆரம்பித்து இருக்கிறாள் என்பதை தொடர்ந்து அவள் நடந்து கொண்ட விதத்திலிருந்து தெரிந்து கொண்டேன். கல்லூரியிலும் எல்லாரிடத்திலும் கூறியிருக்கிறாள். அவர்களும்,

"சரியான ஜோடி, அழகாக இருக்கிறார், உனக்கு ரொம்பப் பொருத்தமானவர். நீ யோகக்காரி," என்றெல்லாம்

என்னையும் அவளையும் இணைத்துப் பேசி இருக்கிறார்கள். அதற்கு ஏற்றாற் போல் வீட்டிலும் எந்த எதிர்ப்பும் தெரிவிக்கவில்லை. பேசாமல் இந்தப் பையனுக்கு நமது பெண்ணைக் கட்டி வைத்து வீட்டோடு வைத்துக் கொள்வோம் என்ற நினைப்பு வீட்டில் உள்ள அனைவருக்கும் இருந்ததாலோ என்னவோ?

ஒரு நாள் தேவாலயம் அழைத்துச் சென்று என்னைக் கிறிஸ்தவனாக மாற்ற பாதிரியாரிடம் பேசி இருக்கிறார்கள். ஞானஸ்தானம் செய்துவிடலாம் என்று பேசி ஒரு நல்ல நாளை சொல்லுங்கள் என்று கேட்டிருக்கிறார்கள். எனக்குக் கையும் ஓடவில்லை, காலும் ஓடவில்லை. எப்போது அவர்களுக்கு துரோகம் செய்து விட்டோமோ (மணியார்டர் சம்பவம் மனதிலிருந்து நீங்கவில்லை) அப்போதே அந்த வீட்டில் வேலைக்காரனாகக் கூட இருக்கத் தகுதி இல்லாதபோது மாப்பிள்ளை ஆவதை நினைத்துக் கூட பார்க்க முடியவில்லை.

இதிலிருந்து நல்ல பிள்ளையாய் எப்படி மீள்வது என்று யோசித்தேன். பெரியவர் இடத்தில் சொல்லி எப்படியாவது ராணுவத்தில் சேர்ந்து விட வேண்டும் என்று மனதிற்குள் நினைத்துக் கொண்டேன். ஒரு நாள் பெரியவர் நல்ல மகிழ்ச்சியாக இருக்கும்போது அவரிடம் கூறினேன்.

"என் லட்சியமே நாட்டுக்கு சேவை செய்வதுதான். என் கனவு நீண்டநாள் ஆசையும் கூட. சிறு வயதிலிருந்தே தணியாத தாகம்," என்று அவரிடம் மன்றாடினேன்.

வீட்டிலுள்ள எல்லாரும் என்னை வியப்புடன் பார்த்தார்கள்.
பெரியவரோ, "உனக்கு இங்கே என்ன குறைச்சல்? பேசாமல்
எங்களுடனேயே இரு. உங்க வீட்டுக்கு மாதம் பத்தாயிரம்
ரூபாய் கூட அனுப்பி வைக்கிறோம்," என்று பலவாறாகக்
கூறினர்.

"எப்போது உண்ட வீட்டுக்கு ரெண்டகம் நினைத்தேனோ
அப்போதே நான் இங்கு இருக்க தகுதியற்றவன்" என்று
வாதாடினேன்.

"நாங்கள் அதைப் பற்றி எதுவும் நினைக்கவில்லையே. நீ
ஏன் அதைப் பற்றி நினைத்துக் கவலைப் படுகிறாய்?
மொத்தத்தில் நீ எங்களுடனேயே இரு," என்று எல்லோரும்
சேர்ந்து சொன்னார்கள்.

"தயவு செய்து என்னை வற்புறுத்தாதீர்கள். இந்த உலகில்
எங்கு தேடினாலும் உங்களைப்போல் நல்லவர்கள் எவரும்

இருக்க மாட்டார்கள். நீங்கள் எனக்குக் கிடைத்தது நான் செய்த புண்ணியம். ஆனால் ஒரு பெரிய துரோகத்தை செய்த நான் தொடர்ந்து இங்கு இருக்க முடியாது. சதா என்னை என் மனசு குத்திக் காட்டிக் கொண்டே இருக்கும். ஆகையால் தயவு செய்து என்னை ராணுவத்தில் சேர்த்து விடுங்கள்,"

"நான் எங்கு சென்றாலும் இங்கு வருவேன். இது என்னோட வீடு. அதுவும் போக வயது பத்தொன்பது தான் ஆகிறது எனக்கு. என்ன விபரம் தெரியும்? இரண்டு மூன்று வருடங்கள் கழியட்டும். அதன்பிறகு நடப்பதைப் பார்க்கலாம்", என்று பல்வேறு காரணங்களைக் கூறி ஒரு வழியாக பெரியவரையும் வீட்டில் உள்ள அனைவரையும் சம்மதிக்க வைத்தேன்.


1965 அக்டோபர் 1 ஆம் தேதி ராணுவத்தில் சேர்த்து விட்டார். நான் ராணுவ பயிற்சிக்காக செல்ல ரயில்வே ஸ்டேஷனில் எனக்கு முன் அந்தப் பெண் பிலோமினா அழுத அழுகை இப்போது நினைத்தாலும் என் உள்ளம் "ஏன் அப்படி செய்தோம்? கரும்பு திங்க கூலியும் சேர்த்து கொடுத்தார்களே," என்று மனவேதனை அடைந்தது.

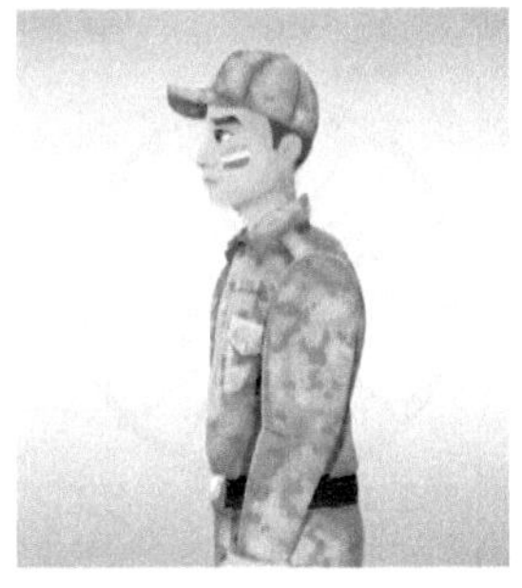

ஒரு வழியாக ராணுவ முகாம் வந்து சேர்ந்தேன். ரயிலில் பயணம் செய்தபோது அந்த வீட்டில் உள்ள ஒவ்வொருவரின் நினைவாகவே பயணம் செய்தேன். ஒருவருக்கு மேல் ஒருவர் பாசம் காட்டியது; யார் பாசம் அதிகம் என்பதை எடை மெஷினில் போட்டு நிறுத்துப் பார்த்தால் எடை மெஷினே உடைந்துவிடும்.

"ஏன் இப்படி செய்தோம்? நாம் செய்தது சரிதானா?" என்று எனக்குள் ஒரு கேள்வி.

காசு, பணம், பங்களா, எஸ்டேட், சொத்து, சுகம் கூடவே பொண்ணையும் கொடுத்து சொந்தப் பிள்ளை போல் பாவித்த குடும்பத்தை விட்டு வந்த பாவி என்று என்னை நானே திட்டிகொண்டேன். வந்த பெரிய அதிர்ஷ்டத்தை இழந்து விட்டோம் என்று நினைத்து பல நாள் அழுதிருக்கிறேன். கூடவே துரோகம் செய்து விட்டு அதே வீட்டில் எப்படி நிம்மதியாக இருக்க முடியும்? ஏதாவது ஒரு சந்தர்ப்பத்தில் நான் செய்த தவறை சுட்டிக் காட்ட வாய்ப்பு நிகழ்வு நடந்தால் அன்று இப்போதுள்ளதை விட பலமடங்கு மனம் வேதனைப் படும். அதற்கு இதுவே பரவாயில்லை என்று மனதைத் தேற்றிக் கொண்டேன்.

அப்போது எமர்ஜென்சி என்பதால் வெறும் ஆறு மாதங்கள் மட்டுமே பயிற்சி நடந்தது. அதன் பிறகு ராஜஸ்தானில் ஆழ்வார் என்ற இராணுவ முகாமிற்கு மாற்றலாகி அனுப்பி வைத்தார்கள். பொதுவாக ராணுவத்தில் கரடு முரடான வாழ்க்கை, புது மாதிரியான அனுபவம், முரட்டுத்தனமான ஆட்கள் மத்தியில் பஞ்சு போன்ற என் மனது எப்படி தாங்கப்

போகிறதோ என்ற பயம் வேறு. என்னைப் பார்த்தாலே ஏதோ ஒரு பரிதாபம் இயற்கையில் அமைந்து விட்டதோ என்னவோ. முரட்டு வேலைகளை இவனால் செய்ய முடியாது என்று நினைத்தோ என்னவோ, பெரிய ராணுவ அதிகாரி மேஜர் வீட்டு பிள்ளைகளுக்குப் பாடம் சொல்லிக் கொடுக்க நியமித்து அங்கு அனுப்பி வைத்தார்கள்.

அவருக்கு மூன்று பெண் குழந்தைகள், ஒரு ஆண் குழந்தையும் உண்டு. பெண்களுக்குத் தலா 13 வயது, பத்து வயது, எட்டு வயது இருக்கலாம் பையனுக்கு 14 வயதிருக்கும். பரமசாது. மூன்று பெண்களும் சரியான வால்கள். பேசுவது ஆங்கிலம். ஜப்பான்காரர் போன்ற முகம். ஆங்கிலோ இண்டியன்.  அவர்களுக்குள்ளே பேசுவது ஆங்கிலம்; வெளியில் பேசுவது ஹிந்தி. மேஜரின் மனைவிக்கு வயது 40 ஆக இருக்கலாம். ஒரு தனியார் ஆங்கிலப் பள்ளியில் ஆசிரியையாகப் பணியாற்றுகிறார்.

மொத்தம் உள்ள நான்கு குழந்தைகளுக்கும் அவ்வப்போது எழும் சிறு சந்தேகங்களை ஹிந்தியில் சொல்லித் தர வேண்டும். இதுவே எமக்கு இடப்பட்ட பணி. மேஜர் வீட்டிலேயே தங்கிக் கொள்ளலாம். குழந்தைகளைப் பள்ளிக்கு அழைத்து சென்று பழையபடி அழைத்து வருவதே எனக்குக் கொடுக்கப்பட்ட பணி.

வீட்டில் ஒரு வேலைக்காரியும் உண்டு. ஒன்பது மணிக்கு வந்து எல்லா பணிகளையும் முடித்து விட்டு  ஐந்து மணிக்கு சென்று விடுவாள். ஏதாவது முக்கிய விஷயமாக இருந்தால் மேஜர் போனில் அழைத்து என்னிடம் பேசுவார்.  நான் உயர்

அதிகாரி வீட்டில் பணியாற்றுவதால் ராணுவ முகாமிற்கு நான் முக்கிய பணிகளைத் தவிர்த்து செல்ல வேண்டியதில்லை. மொத்தத்தில் ராணுவ உடை, ராணுவப் பயிற்சி எப்போதாவது மாதம் ஒருமுறை சென்று செய்து வருவேன்.

அப்படி நல்ல முறையில் நாட்கள் சென்றிருக்க, இதற்கிடையில் பலமுறை சென்னையிலிருந்து பிலோமினாவிடமிருந்து பல கடிதங்கள். ஆனால் எதற்கும் பதில் போடவில்லை. பதில் அளித்தால் பதிலுக்கு பதில் வரும். அதில் ஏதாவது வருத்தப்படும் படி எழுதியிருந்தால் என் மனம் மிகவும் வேதனைப் படும் என்று கருதி பதில் எதுவும் தரவில்லை. மறந்தது மறந்ததாகவே இருக்கட்டும் என்று நினைத்தேன். பெரியவர் நினைத்தால் என் ராணுவ முகாமிற்கு நேரிலேயே வந்து எதுவும் செய்யலாம். ஆனால் அப்படி எதுவும் நடக்கவில்லை.

கடைசியாக ஒரு கடிதம் சென்னை பொண்ணுக்கு எழுதி அனுப்பினேன். அதில் "உனக்கு நான் தகுதியற்றவன். அதனால் உன்னோடு மணம் முடிக்க முடியாத நிலை. ஆகையால் உன் தகுதிக்கும் அந்தஸ்துக்கும் ஏற்றபடி மணந்து கொள்வதே உனக்கு உன் வாழ்க்கை சிறப்பாக இருக்கும்," என்று எழுதி இருந்தேன். நான் நினைத்தது போல் அதன் பிறகு எந்த பதிலும் அவளிடம் இருந்து வரவில்லை.

காலப்போக்கில் கவலைகளை மறந்து, மேஜர் வீட்டில் உள்ள அனைவரோடும் பேசி பழகி, கொஞ்சம் கொஞ்சமாக பழைய நினைவுகளை மறந்து, மேஜர் குடும்பத்துடன்

சந்தோஷமாக இருந்தேன். பெண் குழந்தைகள் மட்டும் மரியாதை இல்லாமல் சமயத்தில் திட்டியும் விடுவார்கள். மற்றபடி மேஜர் மனைவி, மூத்த பையன் எல்லாரும் அன்பாக பழகினார்கள்.

இப்படி ஓரளவு நல்ல நிலையில் வாழ்க்கை ஓடியது. மேஜர் தினமும் காலையில் ஐந்து மணிக்கு ட்ரில் செய்ய இராணுவ முகாமிற்கு சென்று விடுவார். பிறகு ஏழு மணிக்குள் வீட்டிற்கு வந்து குளித்து சாப்பிட்டு விட்டு மீண்டும் ஒன்பது மணிக்கு முகாமிற்கு சென்று விடுவார். மனைவி டீச்சராக இருப்பதால் அவர்களும் பள்ளிக்கூடம் சென்று விடுவார்கள். குழந்தைகளை ஏற்கனவே எட்டு மணிக்கே பள்ளிக்கு கொண்டு போய் விட்டு வருவேன். ஒன்பது மணிக்குள் வேலைக்காரி வந்து விடுவாள்.

அன்றைய தினம் பள்ளியில் இருந்து குழந்தைகளை அழைத்து வர மாலை மூன்று மணியாகியும் வாகனம் வரவில்லை. ஆகையால் அன்று மேஜரிடம் போன் செய்து கேட்கலாம் என்று ரிசீவரை எடுத்த போதுதான் போன் வேலை செய்யவில்லை என்று தெரிந்தது. அப்போதெல்லாம் லேண்ட் லைன் மட்டும்தான். மொபைல் போன் வசதி

இன்னும் வரவில்லை. வேறு வசதி எதுவும் இல்லாததால் நேரில்தான் போய்க் கேட்க வேண்டும். நேரில் போக சைக்கிள் மட்டுமே இருந்தது. அதில் சென்றால் ஒரு மணி நேரம் ஆகும் என்பதால் பக்கத்து வீட்டிற்கு சென்று கேட்கலாம் என்று நினைத்து வாசலில் உள்ள காலிங் பெல்லை அழுத்தினேன்.

மேஜர் விட்டு பங்களாவை விட மூன்று மடங்கு பெரிய பங்களாவாக இருந்தது. என்ன சொல்வார்களோ என்றவாறு நின்றிருந்தபோது ஒரு நாற்பது வயது மதிக்கத்தக்க பெண் ஒருவர் வந்து என்ன என்று ஹிந்தியில் கேட்டார். ஏதோ ஒரு வித்தியாசமான உடையில் இருந்தார்கள். நான் மெதுவாக விபரத்தை கூறி "ஒரு போன் செய்ய வேண்டும். மேஜர் வீட்டு போன் வேலை செய்யவில்லை" என்றேன்.

அந்த வீட்டில் நான்கு போன்கள் உண்டு. அங்கும் எதேச்சையாக மூன்று போன்களும் வேலை செய்யவில்லை. கம்ப்ளைன்ட் செய்திருந்தார்கள். நல்லவேளையாக ஒரே ஒரு போன் மட்டுமே வேலை செய்தது. அந்த போன் கூட உள்ளே உள்ள நாலாவது அறையில் இருந்தது.

"அந்த அறையில் என் மகள் இருக்கிறாள். நீங்கள் அங்கே போக முடியாது," என்றார்கள். மேஜர் வீட்டிலிருந்து வந்திருந்தபடியால் சோபாவில் அமர வைத்து நல்ல மரியாதையுடன் சொன்னார்கள்.

"தம்பி, ஒரே ஒரு போன் மட்டுமே தற்போது வேலை

செய்கிறது. அதுவும் உள்ளே இருக்கிறது. அதனால் வேறு எங்காவது சென்று முயன்று பாருங்கள்," என்றார்.

அப்படி அவர் கூறியதைக் கேட்டு, "அம்மா, வேண்டுமானால் நீங்களும் கூடவே இருங்கள். உங்கள் மகள் பக்கமே பார்க்க மாட்டேன். போன் பேசி விட்டு சத்தமில்லாமல் வந்து விடுகிறேன்," என்று கெஞ்சினேன்.

"இல்ல தம்பி, நீ உள்ளே சென்று பேசுவது அவ்வளவு ஒன்றும் நல்லதல்ல," என்று தயக்கத்துடன் கூறினார்கள்.

"ஆஹா, வேலைக்காரனை எப்படி உள் அறை வரை அனுமதிப்பது என்று நினைக்கிறார்கள் போலும்," என்று மனதுக்குள் எண்ணிக் கொண்டேன்.

"நீங்கள் அருகிலேயே இருங்கள். எந்த பொருளையும் தொட மாட்டேன். போன் மட்டும் பேசி விட்டு வந்து விடுகிறேன். ஒருவருக்கொருவர் செய்யும் சிறு உதவிதானே. நாளை உங்களுக்கு இப்படி ஒரு நிலை வந்தால் பக்கத்தில் உள்ள மேஜர் வீட்டிற்கு வந்து உதவி கேட்க மாட்டீர்களா?" என்று கூறியதை கேட்டு மிகவும் வருத்தப்பட்டார்கள்.

"தம்பி, நீ ஒரு ராணுவ வீரன். சட்டதிட்டங்களின் படி நடப்பவன். உண்மையாக இருப்பவன் என்பதெல்லாம் எங்களுக்கும் தெரியும். அதற்காக நாங்கள் தயங்கவில்லை. நாங்கள் தயங்குவது எல்லாம் உன்னைப் பற்றித்தான்," என்றார்கள்.

"நீங்கள் என்ன சொல்ல வருகிறீர்கள்? முடியுமா முடியாதா?" என்று சற்றுக் கடுமையாகக் கேட்டேன்.

"தம்பி, என் மகள் இருக்கிறாளே; அவளுக்கு," என்று சொல்லித் தயங்கினார்கள். பிறகு தேம்பித் தேம்பி அழ ஆரம்பித்து விட்டார்கள்.

அவர்கள் அழுவதைப் பார்த்தால் ஒருவேளை அந்தப் பொண்ணுக்கு பைத்தியம் பிடித்து இருக்குமோ? அல்லது பேய் பிசாசு பிடித்து இருக்குமோ? என்றெல்லாம் நினைக்க தோன்றியது.

"அம்மா, நீங்கள் எதற்கும் கவலைப்பட வேண்டாம். கூடவே வாங்க. உள்ளே போவேன், போன் பேசுவேன். அப்படியே திரும்பி விடுவேன்," என்றேன்.

"ஐயோ தம்பி, உனக்கு எப்படிப் புரிய வைப்பது? எங்களைப் பற்றி நாங்கள் கவலைப் படவில்லை. மேலும் எங்கள் கவலை ஓயவே ஓயாது. கவலையெல்லாம் உன்னைப் பற்றித்தான். அந்த அறையில் உள்ள என் மகளுக்குத் தொற்று வியாதி. அவளைத் தொட்டாலோ, அருகில் சென்றாலோ நோய் உனக்கும் தொற்றிக் கொள்ளும். உன்னையும் தீராத வியாதிக்காரனாக்கிவிடும். பிறகு ராணுவத்தில் பணியாற்ற முடியாது. இதற்கு உங்கள் ராணுவத்தில் தண்டனை கூட உண்டு," என்றவர் சற்றே நிறுத்தித் தொடர்ந்தார்.

"என்ன பாவம் செய்தோமோ, நாங்களே தினம் தினம் செத்து செத்துப் பிழைக்கிறோம். இது எங்களோடு போகட்டும். உனக்கு அப்படி ஒரு நிலை வரக்கூடாது என்ற நல்ல எண்ணத்தில் உன்னை உள்ளே விட மறுக்கிறோம்," என்றார்கள்.

ஏதோ ஒரு கதை கூறுவார்களே. கிழக்கு திசை செல்; மேற்கு திசை, தெற்கு திசை கூட செல்லலாம்; ஆனால் வடக்கு திசை மட்டும் சென்று விடாதே என்று. எல்லா திசைகளையும் விட்டுவிட்டு வடக்கு திசை செல்லவே ஆர்வம் காட்டும். அந்த திசையில் அப்படி என்ன இருக்கிறது. அதைப் பார்த்தே ஆக வேண்டும் என்ற எண்ணம் உண்டாக்கும். அதுபோல அப்படி என்ன தொற்று வியாதி என்று தெரிய ஆவலாக இருந்தது. இப்போது டெலிபோன் செய்வதைக் காட்டிலும் அந்த பிள்ளையைப் பார்க்கவே அதிக ஆவல். அப்படி என்ன உலகத்தில் இல்லாத வியாதி. அதையும்தான் பார்ப்போமே. இளங்கன்று பயமறியாது என்பார்களே அது இதுதானோ?

"எல்லாம் சரி. நீங்கள் எப்படியும் உங்கள் மகளைப் பார்க்க, சாப்பாடு கொடுக்க, உடைகளை மாற்ற அந்த அறைக்குள்ளே சென்றுதானே ஆக வேண்டும்? அப்போது உங்களை அந்த வியாதி தொற்றவில்லையா?" என்று கேட்டேன்.

"நாங்கள் அவ்வளவாக செல்ல மாட்டோம். அப்படியே போனாலும் பாதுகாப்பாக சென்று பார்த்து விட்டு உடனே வந்து விடுவோம். இவளைப் பராமரிக்க தினமும் காலை பத்து மணிக்கு நர்ஸ் ஒருவர் வந்து மாலை ஐந்து மணி வரை பாதுகாப்புடன் அனைத்து சேவைகளையும் செய்து விட்டு செல்வாள்,"

"இரண்டு நாளைக்கு ஒருமுறை டாக்டர் வந்து பார்த்துவிட்டுச் செல்வார்," இப்படிக் கூறும்போதே துக்கம் தாங்காமல் பொலபொலவென்று அவர் கண்களில் கண்ணீர் வந்துவிட்டது.

எனக்கு ஆச்சரியம். குணமாக்க முடியாத அளவுக்கு அப்படி என்ன வியாதியாக இருக்கும்? ஒரு வேளை வெளியூர்களில் இருந்து பெரிய டாக்டரை வரவழைத்து வைத்தியம் பார்க்க வசதி இல்லையோ? இப்படிப் பல கேள்விகளுக்கு மத்தியில் எப்படியும் உள்ளே சென்று பார்த்துவிட வேண்டும் என்ற ஆவல் தோன்றியது.

"அம்மா, என்னை நான் பாதுகாத்துக் கொள்கிறேன். நான் உள்ளே செல்ல அனுமதியுங்கள். ஒரே ஒரு முறை பார்த்துவிட்டு வந்துவிடுகிறேன்," என்று மன்றாடினேன்.

இப்போது டெலிபோன் செய்வதைவிட அது என்ன
வியாதியாக இருக்கும் என்ற ஆவலில் கெஞ்சினேன். நான்
கெஞ்சியது பாவமாகப் பட்டதோ என்னவோ ; அவர்கள்
மனதைக் கரைத்திருக்கும் போல. அரைகுறை மனதுடன்
சம்மதித்தார்கள். கதவைத் திறந்து மெதுவாக உள்ளே
சென்றேன். குளு குளு ஏசி அறை கட்டிலில் கொசுவலை
கட்டியிருந்தது. அவள் படுத்திருந்தாள். பெயர் செளமியா.
சுமார் 21 வயதாக இருக்கலாம். கட்டிலுக்கு அருகில்
டெலிபோன். நர்ஸ் இன்னும் வரவில்லை. அருகே
சென்றபோது ஒரு பயங்கரமான துர்நாற்றம் வாடை
குப்பென்று அடித்தது. நைட்டி மட்டும் போட்டு
இருந்தாள் .ஆனால் பார்ப்பதற்குக் கொப்புளம் கொப்புளம்
ஆக அதிலிருந்து நீரும் வடிந்து கொண்டே இருந்ததால்
பார்க்கவே ரொம்ப அருவெறுப்பாக இருந்தது.

இன்னும் சற்று அருகில் சென்ற போதுதான் எனக்கே ஒரு
சலிப்பு, அருவெறுப்பு தோன்றியது. அந்த அளவுக்கு
மோசமாக இருந்தது. நம்ம ஊரில் பெரிய அம்மை
போட்டிருந்தால் எப்படி இருக்குமோ கிட்டத்தட்ட அப்படி
இருந்தது. ஆனால் இது பெரிய அம்மை வகையைச்
சேர்ந்தது அல்ல. நீர் வடிந்து கொண்டே இருந்தது. அவள்
நிலை, அவளுடைய அருவெறுப்பு, துர்நாற்றம்
ஆகியவற்றைத் தாண்டி நின்றது. இந்த இளம் வயதில்
இப்படி ஒரு வியாதி, வலி எப்படித்தான் தாங்குகிறாளோ.
கொடுமையிலும் கொடுமை.

மிக அருகில் சென்று ஒரு ஐந்து நிமிடம் கூர்ந்து பார்த்தேன்.
முகத்தில் மட்டும் நீர் வடிதல், கொப்புளங்கள் கொஞ்சம்

குறைவாக இருந்தது. நீர் மட்டும் வடியாமல் இருந்தால் கொள்ளை அழகு. அந்தப் பெண் நல்ல முகபாவம். முட்டைக் கண்களை விரித்து இங்கு ஏன் வந்தீர்கள் என்று கையெடுத்துக் கும்பிட முனைந்தது. ஆனால் முடியவில்லை. முக பாவத்திலேயே ஆயிரம் பேசியது போல் இருந்தது. சீக்கிரம் இங்கிருந்து போய் விடுங்கள் என்று கெஞ்சும் பாவனையில் கூறியது என்னை மிகவும் பாதித்தது.

சிந்திக்க வைத்தது. ஒரு முடிவு எடுத்தேன். இவளுக்கு ஏன் இப்படி ஒரு தண்டனை? ஒரு ஆதங்கம். பெற்றோர் மீதும் கோபம். இந்த வயதில் இப்படி ஒரு கஷ்டமா? கடவுளே, நீ கருணை காட்டக் கூடாதா?

வெளியே வந்ததும் பெற்றோரிடம், "கவலைப்படாதீர்கள்; மேஜரிடம் சொல்லி வெளி நாட்டுக்குக் கொண்டு போய் வைத்தியம் பார்த்து வர பண வசதி ஏற்பாடு செய்கிறேன். என்னுடைய சம்பளத்தையும் தருகிறேன்," என்று கூறினேன்.

இந்த வயதில் இப்படி ஒரு வியாதியா? பாவம், அந்தப் பிள்ளைக்கு எவ்வளவு வேதனை. எவ்வளவு நாளாக எப்படி இருக்கிறாள் என்று கேட்டதற்கு 14 வயதில் குடும்பத்துடன் அவர்கள் கிராமத்திற்கு சென்று வந்ததில் இருந்து கொஞ்சம் கொஞ்சமாக இருந்த கொப்புளங்கள் முதலில் அம்மை போல் இருந்தது. பிறகு பெரிதாகி விட்டது.

"ஒரு வாரம் கழித்தால் தானாக சரியாகி விடும் என்று நினைத்து சுத்த பத்தமாக இருந்தோம். ஆனால் நாளாக

நாளாக கொப்புளம் ஒவ்வொன்றும் வெடித்து, அதிலிருந்து சிதறும் நீர் மற்ற இடங்களிலும் பட்டு, உடல் முழுவதும் பரவி விட்டது. அப்போதுதான் இது அம்மை நோய் அல்ல; வேறு ஏதோ ஒன்று என்று நினைத்து எத்தனையோ வைத்தியம் பார்த்தோம்; ஆனால் எந்த வைத்தியருக்கும் இது என்ன மாதிரி வியாதி என்று சொல்லத் தெரியவில்லை,"

"எல்லா வைத்தியமும் தோல்வி அடைந்தது. ஒருவேளை கிராமத்திற்கு சென்ற போது நமக்கு வேண்டாதவர்கள் எவரேனும் பில்லி, சூனியம், ஏவல் போன்ற கெடுதல்கள் எதாவது செய்திருப்பார்களோ என்று நினைத்து பல மந்திரவாதிகளிடம் காண்பித்தோம். எவருக்கும் எதுவும் புரியவில்லை. மொத்தத்தில் எல்லாரும் கையை விரித்து விட்டார்கள்,"

"மனவேதனையில் அழுது அழுது கண்ணீர் வற்றி விட்டது. என்ன செய்வது என்று புலப்படவில்லை. ஆனால் வைத்தியம் மட்டும் தொடர்ந்து நடந்து வருகிறது. எப்போதாவது குணம் ஆகிவிடாதா என்ற நப்பாசையில் தினம் தினம் செத்து செத்து வாழ்கிறோம்," என்று அழுது புலம்பித் தீர்த்து விட்டார்கள்.

"வைத்தியம் பார்த்ததும் ஒரு நாள், ஒரு வாரம் வரை கூட சில சமயம் நல்ல குணம் ஆகும். பழையபடி சில நாட்களில் வந்துவிடும்."

எனக்கு பாவமாக இருந்தது. "மேஜரிடம் சொல்லி வெளி நாட்டு வைத்தியம் பார்க்க பண வசதி ஏற்பாடு செய்வதுடன்

என்னோட சம்பளத்தையும் சேர்த்து தருகிறேன்," என்று
மீண்டும் ஒருமுறை கூறியதில் ஒரு நமட்டு சிரிப்பு
சிரித்தார்கள்.

அது என்னை ஏளனம் செய்வது போல் இருந்தது.
அப்போதைக்கு அந்த நமட்டு சிரிப்புக்கு அர்த்தம்
தெரியவில்லை. பேசாமல் மேஜர் வீட்டுக்கு வந்து விட்டேன்.
நான் வீட்டுக்கு வந்ததும் வேலைக்காரியிடம் மெதுவாகப்
பேச்சுக் கொடுத்து பக்கத்து வீட்டில் உள்ளதை பற்றிச்
சொன்னேன்.

"ஆமாம் தம்பி. அந்த பாப்பா பாவம்," என்று கவலையுடன்
கூறினாள்.

"அந்த பிள்ளையைப் பற்றி நினைத்தால் பாவமாக
இல்லையா அக்கா?" என்று ஆதங்கத்துடன் கேட்டேன்.

"ஆமாம் தம்பி. நம்மால் வருத்தம் மட்டுமே பட முடியும்.
வேறு என்ன செய்ய முடியும் நம்மால்?" என்று அவளும்
ஆதங்கப்பட்டாள்.

"அவரவர்கள் வாங்கி வந்த வரம் அப்படி. நாம் என்ன செய்ய
முடியும்?" என்றாள்.

"இல்லக்கா, அப்படியெல்லாம் விட்டுவிட முடியாது. மேஜர்
வந்ததும் விவரத்தைக் கூறி பண வசதி ஏற்பாடு செய்து
என்னுடைய ஒரு மாத சம்பளத்தையும் சேர்த்து வெளிநாட்டு
டாக்டர்களை வரவழைத்து வைத்தியம் பார்க்க செய்யப்
போகிறேன்," என்றேன்.

அவ்வளவுதான். அந்த அக்கா விழுந்து விழுந்து அப்படி ஒரு சிரிப்பு சிரித்தாள். ஏளனமாக பார்த்தாள்.

"ஐயோ பாவம், அறியாத பையனாக இருக்கிறாயே! அவர்களுக்கு மேஜர் இடம் சொல்லி பணம் கேட்பதுடன் உன் சம்பளத்தையும் கொடுக்கப் போகிறாயாக்கும்?" என்று கூறி மீண்டும் மீண்டும் சிரித்துவிட்டு வேடிக்கையாக இருக்கிறது என்றாள்.

"ஏன் சிரிக்கிறீர்கள்? நான் அப்படி என்ன கூறி விட்டேன்?"

"தம்பி, விவரம் தெரியாமல் பேசாதே. அவர்களை யாரென்று நினைத்தாய்? அவர்கள் நினைத்தால் இந்த மொத்த ஊரையே விலைக்கு வாங்க முடியும். அந்த அளவுக்குப் பண பலம், செல்வாக்கு, அந்தஸ்து உள்ளவர்கள். அவர்கள் நினைத்தால் எவரையும் இங்கே வரவழைக்க முடியும். அந்த அளவுக்கு செல்வாக்கு மிக்கவர்கள்," என்று அவர்களைப் பற்றி முழு விவரத்தையும் கூறினாள்.

"அந்த வீட்டில் அண்ணன் தம்பிகள் நான்கு பேர்கள். அந்த நால்வரும் போலியோவால் ஊனம் அடைந்தவர்கள். நால்வருக்கும் திருமணமாயிற்று. இரண்டாவது தம்பிக்குப் பிறந்த பெண் குழந்தை தான் இப்போது வியாதியில் உள்ள குழந்தை. நால்வருக்கும் சேர்த்து இந்த ஒரே பெண் குழந்தை மட்டுமே. வேறு எவருக்கும் குழந்தை இல்லை,"

"நால்வரும் இந்தியா முழுவதிலும் உள்ள ராணுவக் குடியிருப்புகளைக் கட்டிக் கொடுக்கும் மொத்த காண்ட்ராக்ட்காரர்கள். சுமார் 500, 600 கோடி அளவில்

வியாபாரம். வட நாட்டில் மட்டும் ஊருக்கு ஊர் சுமார் 30, 40 பங்களாக்கள் உள்ளன. மொத்த சொத்துக்கும் ஒரே வாரிசு இந்தக் குழந்தை மட்டுமே. நால்வரும் ஒட்டு மொத்த அன்பையும் கொட்டி வளர்த்தார்கள். யார் கண் பட்டதோ, யார் செய்வினை செய்தார்களோ, குடும்பம் முழுவதும் சதா சோகத்தில் உள்ளது. வெளியே பார்ப்பதற்குத்தான் இப்படி இருக்கின்றார்கள். உள்ளுக்குள்ளே தாங்க முடியாத துயரம்,"

"உலகில் உள்ள எல்லா நாடுகளிலிருந்தும் நிறைய வைத்தியர்களை வரவழைத்துப் பார்த்து விட்டார்கள். எல்லாரும் கொடுத்த வைத்தியத்தால் ஒரு மாதம் நல்லபடியாய் குணமாகி இருக்கும். பழையபடி இதே நிலை தொடரும். கடந்த நான்கு வருடங்களாக இதே நிலைதான். என்ன செய்வது என்று அவர்களுக்கே புரியவில்லை,"

"அவர்களுக்கு நீ உன் ஒரு மாத சம்பளம் கொடுக்கப் போகிறாய். உன் எண்ணம் உயர்ந்ததுதான். அதற்காகப் பாராட்டுகிறேன். இப்போது புரிகிறதா நீ பண உதவி ஏற்பாடு செய்கிறேன் என்று சொல்லும்போது அவர்கள் ஏன் நமட்டு சிரிப்பு சிரித்தார்கள் என்று?"

"இந்த விவரம் எல்லாம் எனக்கு எப்படி தெரியும் என்கிறாயா? அந்த வீட்டில் வேலை செய்பவள் என் தங்கைதான். அவள் எங்கள் வீட்டுக்கு வந்ததும் தினம் தினம் அவர்கள் படும் துயரங்களை சொல்லிச் சொல்லி சமயத்தில் அழுதும் விடுவாள்,"

"தம்பி, நீ ஒரே ஒரு நாள் ஒரு ஐந்து நிமிடம் பார்த்ததற்கே

இப்படி வருத்தப்படுகிறாய். மொத்த சொத்துக்கு ஒரே வாரிசு குடும்ப குலவிளக்கு. அவர்கள் எந்த அளவுக்கு வருத்தப்படுவார்கள்?"

முழு விவரம் கேட்டதும் எனக்குப் பொறி கலங்கி விட்டது. ஒரு வாரம் முடிந்த நிலையில் எனக்குள் ஒரு வெறி. ஒரு போராட்டம். சதா சிந்தனை. கிட்டத்தட்ட தூக்கமே இல்லாத சோக நிலை. மேஜர் கூட ஒரு நாள் கேட்டே விட்டார்.

"ஏன் ஒரு வாரமாய் எதையோ பறிகொடுத்தவன் போல் இருக்கிறாய்? உடம்பு எதாவது சரியில்லையா?"

"அதெல்லாம் ஒன்றுமில்லை," என்று கூறி சமாளித்து விட்டேன். அவர்கள் யாரோ, நான் யாரோ என்று என்னால் சும்மா இருக்க முடியவில்லை. ஏதாவது செய்தாக வேண்டும் என்ற சதா சிந்தனை. எனக்குள் ஒரு போராட்டம். ஒரு நாள் வீட்டில் எந்த வேலையும் இல்லாததால் மீண்டும் ஒருமுறை அந்த பங்களாவுக்கு சென்றேன்.

"வா தம்பி, என்ன உன்னுடைய சம்பளப் பணத்தைக் கொடுத்து உதவ வந்தாயா?" என்று அவ்வளவு கவலையிலும் என்னிடம் கிண்டல் அடித்தார்கள். எனக்கு எப்படியோ இருந்தது. உள்ளே வா என்று அழைத்தார்கள். அம்மா நான் உங்கள் மகளுக்கு வைத்தியம் பார்க்கலாமா என்று சடக்கென்று கேட்டதும் நால்வரும் சிரித்து விட்டார்கள்.

"தம்பி, உனக்கு மீண்டும் ஒருமுறை பார்க்க வேண்டும் என்றிருந்தால் பாதுகாப்புடன் தூரத்தில் இருந்து பார்த்து விட்டுச் செல். அதைவிடுத்து வைத்தியம் பார்க்க

போகிறானாம் வைத்தியம்," என்று மீண்டும் ஒரு சிரிப்புடன் கூறியது எனக்குள் ஒரு வெறியைத் தூண்டியது.

"எங்களைப் பிடித்த பாவம் எங்களோடு போகட்டும். நீ சொல்வதெல்லாம் நடக்கக் கூடிய காரியமா? இளம் ரத்தம் இப்படி உன்னைப் பேச வைக்கிறது."

"சரிம்மா. நீங்களும் எல்லா வைத்தியமும் பார்த்துவிட்டீர்கள். ஒருவேளை இந்த வியாதி குணமாவதற்கு இது சரியான தருணமாகக் கூட இருக்கலாம் அல்லவா? அதனால்தான் என்னவோ, இவ்வளவு அருகில் இருந்தும், டெலிபோன் ரிப்பேர் ஆனதன் மூலம் உங்கள் வீட்டிற்கு என்னை வரவழைத்து, உங்கள் மகளின் இந்த நிலையை நான் பார்க்க வைத்தது எல்லாம் அந்தக் குழந்தை சரியாவதற்குரிய தருணம் வந்து இருக்கலாம் அல்லவா?"

"அதுவும் போக காசா பணமா? சும்மா பார்த்துதான் வைப்போமே; பத்தோடு பதினொன்றாக இருக்கட்டுமே," என்று கூறினேன். ஏதோ என் உள்ளுணர்வு அப்படி சொல்லத் தோன்றியது.

"வேண்டாம் தம்பி. டாக்டர்கள் இது ஒரு தொற்று வியாதி என்கிறார்கள். நடைப் பிணமாக இருந்தாலும் உயிரோடு இருக்கும் அவள் முகத்தை அவ்வப்போது பார்த்து மனதை தேற்றிக் கொள்கிறோம். நீ எதையாவது செய்யப் போய், ஐயோ வேண்டாம் தம்பி. நடப்பது நடக்கட்டும். விதி விட்ட வழி,: என்றார்கள்.

"அதுவும் போக, அவளுக்கு வைத்தியம் பார்க்கப் போய் உனக்கு ஏதாவது ஆகிவிட்டால் மேஜருக்கு என்ன பதில் சொல்வது? யார் பெற்ற பிள்ளையோ, வாழ வேண்டிய வயசு; தெரிந்திருந்தும் உன்னைப் படு குழியில் விழ நாங்கள் ஒருபோதும் சம்மதிக்க மாட்டோம். அதுவும் போக பல வெளிநாட்டு மருத்துவர்கள் கைவிட்ட நிலையில் நீயோ சாதாரண ஒரு பையன். உன்னால் என்ன செய்ய முடியும்? என்று கூறினார்கள்.

"அம்மா, என் உள்ளுணர்வு சரியாகி விடும் என்று சொல்கிறது. ஒரு தடவை முயற்சி செய்து பார்ப்பதில் தப்பேதும் இல்லை. பார்த்து விட்டுப் போகட்டுமே என்று நினைத்து அனுமதிக்க வேண்டுகிறேன்," என்று மன்றாடினேன்.

பிறகு ஒருவாறு சம்மதம் தந்தனர். உண்மையில் என் அதிர்ஷ்டமோ, அந்தப் பிள்ளைக்கு அதிர்ஷ்டமோ; இரண்டு நாட்களுக்கு டாக்டரும் நர்சும் வர வாய்ப்பில்லை என்ற தகவல் கொடுத்திருந்தனர். அன்று முதல் முறையாக நோயால் வாட்டி, சீல் பிடித்த அந்த முழு உடம்பைப் பார்க்கிறேன். ஆனால் எனக்குள் எந்த ஒரு அருவருப்போ எழவில்லை. மாறாக ஏதோ ஒரு ஆவேசம்; அதை என்னவென்று சொல்லத் தெரியவில்லை. டாக்டரும் நர்சும் அன்று பார்த்து வராதது கூட எனக்குள் உள்ள ஒரு சக்தி எனக்கு சாதகமாக இயங்குகிறது என்று நானும் வீட்டில் உள்ளவர்களும் கூட அப்படி நினைத்திருக்கலாம்.

"அம்மா, டெட்டால் இருக்கிறதா, சோப்பு இருக்கிறதா?" என்றெல்லாம் கேட்டு வாங்கிக் கொண்டேன். முதல் நாள் அன்று அம்மா கூட இருந்தார்கள்.

"நீங்கள் வீட்டில் உள்ள வேலைகளைக் கவனியுங்கள். என்னை பற்றிக் கவலைப்பட வேண்டாம்," என்று கூறிவிட்டு, உடம்பில் உள்ள துணிகளையும் கலைந்துவிட, உடம்பு முழுவதும் உள்ள புண்களில் வடியும் சீழ் பயங்கரமான துர்நாற்றம் வீசியது. முதலில் நல்ல துணி ஒன்றில் டெட்டால் ஊற்றி, உடல் முழுவதிலும் உள்ள புண்களில் வடியும் நீரை மெதுவாகத் துடைத்து எடுத்தேன். அந்தக் குழந்தையும் எப்போதும் டாக்டர்கள் வந்து வைத்தியம் பார்ப்பது போல இவரும் ஒரு இளம் டாக்டர் போலும் என்று பேசாது இருந்தாள்.

துணி கொண்டு துடைக்கும் போது மட்டும் வலி பொறுக்க முடியாமல் சற்று முனங்கினாள். டெட்டால் கொண்டு நன்கு துடைத்த துணி,. சிறிது வேப்ப இலையை இன்னும் சில மூலிகை இலைகளை எரித்து எடுத்து ஓரமாக வைத்தேன். அந்த சாம்பலைக்கு கொண்டு நான் என்ன செய்கிறேன் என்று எனக்கே தெரியவில்லை. பார்ப்பவர்களுக்கு நான் செய்தது பைத்தியக்காரத்தனமாகக் கூட இருந்திருக்கலாம். எனக்கும் அப்படித்தான் இருந்தது. ஆனால் என்ன செய்கிறோம் என்று எனக்கே தெரியாமல் ஏதோ எனக்கு தோன்றியபடி செய்தேன். அவ்வளவுதான்.

சாதாரண ஒரு தலை வலிக்குக் கூட மருந்து தெரியாத நான் இதை ஒரு விளையாட்டாக சமர்ப்பணமாக செய்கிறேன்

என்பதை விட ஏதோ ஒன்று செய்ய வைத்தது என்றே சொல்லவேண்டும். முதலில் வடிந்த நீரை முழுவதும் மீண்டும் ஒருமுறை மெல்லிய துணியால் உடல் முழுவதும் ஒரு இடம் விடாமல் கண்களில் படாதவாறு மெதுவாகத் துடைத்து எடுத்தேன். வலி பொறுக்க முடியாமல் கைகளை இறுக பற்றிக் கொண்டாள். எனக்கே நம்பிக்கை வந்துவிட்டது. புண்களில் உள்ள நீரை எடுத்த உடன் எரித்து வைத்திருந்த சாம்பலை உடல் முழுவதும் போட்ட பின் அதன் மேல் வாசனை திரவியங்கள் அடங்கிய நீர் பவுடர் அனைத்தும் நன்கு தடவி விட்டேன். சில சமயம் கூச்சப் படும். சில சமயம் வலி பொறுக்காமல் அழும். சில சமயம் அச்சமும் படும்.

உடம்பில் ஒரு இடம் விடாமல் நன்கு நீவி விட்டேன். . ஆனாலும் நான் துளி கூட சலனப்படவில்லை.. சரியாக மாலை மூன்று மணிக்கு மேஜர் குழந்தைகளை அழைத்துவர வேண்டும் என்பதால் காலையில் இருந்து ஒரு மணி நேரத்திற்கு ஒருமுறை இப்படி ஐந்து முறை செய்தாகி விட்டது. இரண்டு மணி நேரத்திற்கு ஒரு முறை இஞ்சி மிளகு போட்ட கஞ்சியும் எலுமிச்சை ஜூஸும் கொடுக்கச் சொல்லி கொடுத்தேன்.

சரியாக மாலை 2:45 மணிக்கு வீட்டை விட்டு வெளியேறும் முன் உடம்பில் ஒரு மெல்லிய துணியைப் போர்த்தி விட்டு, கொசுவலையை நன்கு போட்டு விட்டு, இரவில் இரண்டு நேரம் கஞ்சியை மட்டும் கொடுக்க சொல்லி விட்டு வந்து விட்டேன். வீட்டில் இருந்தவர்கள் மனதில் என்ன நினைக்கிறார்கள் என்றெல்லாம் யோசிக்கவில்லை.

ஆனால் பையன் பேசுவது செய்வது ஒரு முதிர்ந்த வைத்தியன் மாதிரியும், வெகுளித்தனமாகவும் எதையும் செய்து காட்ட வேண்டும் என்ற துடிப்பும் உள்ளவன் என்பதைத் தெரிந்து இருக்கிறார்கள் போலும். தினமும் காலை இரண்டு தடவை, மாலை இரண்டு தடவை தவறாமல் அங்கு சென்று இதே போல் தொடர்ந்து செய்து வந்தேன். மீதி நேரத்தில் மேஜர் வீட்டிலுள்ள பணிகளைச் செய்து வந்தேன். இரண்டு நாட்களுக்குப் பிறகு டாக்டர் நர்ஸ் எவரும் வர வேண்டாம் என்று அன்புக் கட்டளை இட்டேன். என்னமோ தெரியவில்லை; மகுடிக்கு மயங்கும் பாம்பு போல நான் சொன்னதை வீட்டில் எல்லாரும் ஏற்றார்கள்.

நான்கு நாள் கழித்து சித்தப்பா, பெரியப்பாக்கள் வந்து உள்ளே குழந்தையைப் பார்க்க முயலும் போது, அம்மாக்கள் தடுத்து முழு விபரத்தையும் தெளிவாகக் கூறியுள்ளார்கள். "எவனோ ஒரு வேலைக்காரன்; நம்ம பொண்ணு உடம்பைப் பார்ப்பதா? அப்படி ஒரு வைத்தியம் தேவையே இல்லை," அப்படி இப்படி என்று வாக்குவாதம் செய்துள்ளார்கள்.

"ஏங்க, இது நாள் வரை எத்தனையோ டாக்டர்கள் வைத்தியம் பார்க்கவில்லையா? அப்போது பாப்பாவின் உடலை யாரும் பார்க்கவில்லையா? அதேபோல்தான் இதுவும். எனக்கு என்னமோ இந்த நான்கு நாட்களில் நம்ம பொண்ணுடைய முனகல் சத்தமே கேட்கவில்லை. நன்கு சாப்பிடுகிறாள். நன்கு தூங்குகிறாள். அந்தப் பையனிடம் ஏதோ ஒரு சக்தி உள்ளது என்றே நினைக்கிறோம்.

பொறுத்திருந்து பார்ப்போம்," என்று நான்கு அம்மாக்களும் பொறுமையுடன் கூறியதால் ஒருவழியாக சமாதானம் அடைந்து உள்ளே சென்று பார்த்திருக்கிறார்கள்.

உண்மையிலேயே ஏதோ ஒரு பொலிவு உள்ளதையும், நிம்மதியாக உறங்குவதையும் பார்த்த பின் சற்று மனம் மகிழ்ச்சி கொண்டனர். ஆக அதே வைத்தியத்தைத் தொடர்ந்து நாள் ஒன்றுக்கு நான்கு தடவை தவறாமல் செய்து வந்துள்ளேன். முதல் இரண்டு நாட்கள் அவ்வப்போது வைத்தியம் செய்யும்போது அருகில் இருந்தவர்கள் அதன் பிறகு நான் உள்ளே இருக்கும் போது அவர்கள் வெளியில் இருந்தார்கள். அப்போதெல்லாம் அந்த வீட்டில் நான் எதைக் கேட்டாலும் ஒன்றுக்குப் பத்தாக வாங்கிப் போட்டார்கள்.

சரியாக 12 நாள் கழிந்த நிலையில் நீர் வடிவது குறைந்து விட்டது. எப்படி என்பது மட்டும் தெரியாது. தெய்வச் செயலாகக் கூட இருக்கலாம். ஆனால் நடந்தது கதையல்ல. நிஜம். அது சரியாகப் புரிந்து கொள்ளாத வயது. வர்ணிக்க முடியாத ஒரு நிலை. அப்போது நடந்த நிகழ்வுகளைக் கதையாக அல்லாமல் நிஜமாக என்ன நடந்ததோ அதை ஓரளவு மட்டுமே இந்த 70 வயதில் எழுத முடிந்துள்ளது.

இரண்டு வாரங்களில் சீழ் வடிவது குறைந்து விட்டது. சரீரமும் கொஞ்சம் நிறமும், பொலிவும் பெற்றிருந்தது. வீட்டில் பார்த்தவர்களுக்கு மட்டற்ற மகிழ்ச்சி. போனில் அப்பாக்களுக்குத் தகவல் கொடுத்து மட்டற்ற மகிழ்ச்சியை தெரிவித்தனர். ஆனால் எனக்கு மட்டும் பெரிய மாறுதல் தெரியவில்லை.

முன்போல் வலி எதுவும் இல்லை. நான் மட்டும் எப்போதும் போல் காலை இரண்டு தடவை, மாலை இரண்டு தடவை கடமையே கண்ணாய் செய்து வந்தேன். வீட்டில் நான்கு அப்பாகளில் ஒருவர் மாற்றி ஒருவர் வந்து பார்த்துவிட்டு மகளின் ஆனந்த நிலையைப் பார்த்து என்னைப் போற்றி புகழ் பாடி செல்வார்கள். வைத்தியம் முடிந்ததும் எப்போதும் ஒரு மெல்லிய துணியால் மட்டுமே போர்த்தி விடுவேன். வீட்டில் உள்ள நான்கு அம்மாக்களும் எந்த ஒரு பாதுகாப்பின்றி மகளைப் பார்த்துப் பார்த்து மகிழ்ந்தனர்.

இப்போதெல்லாம் என்னை அவர்களுடைய குழந்தையைக் காப்பாற்ற வந்த குல தெய்வமாகவே பார்த்தார்கள். அந்த அளவுக்கு என்னைப் பாராட்டினார்கள். அவர்கள் பாராட்டியது எனக்கு சந்தோஷமாக இருந்தாலும் முழுவதும் குணமாகி எழுந்து நடக்க வேண்டுமே. ஒருவேளை முன்பு சொன்னதுபோல் வைத்தியம் பார்த்தால் சரியாகி விடும்; பழையபடி இரண்டு மூன்று வாரங்களுக்கு பிறகு மீண்டும் புண்கள் வந்துவிடும் என்றார்களே. அது மாதிரி ஆகிவிடக்கூடாது என்று உள்ளுக்குள் ஓர் வேண்டுதல். எனக்குள் அப்போது அப்படி ஒன்றும் கடவுள் பக்தி எல்லாம் கிடையாது. ஆனால் அசாதாரணமான நம்பிக்கை இருந்தது.

அன்றும் வழக்கம்போல் வைத்தியம் பார்த்து விட்டு மேஜர் வீட்டுக்கு வந்து விட்டேன். அந்த வீட்டில் கடைசி அப்பா ஜெய்ப்பூர் காண்ட்ராக்ட் முடித்துவிட்டு இப்போதுதான் வருகிறார். போனில் மட்டும் அடிக்கடி பேசி விபரத்தைக் கேட்டுக்கொள்வார். அன்று வெள்ளிக்கிழமை வீட்டிற்கு வந்த

சின்னவர் என்னையும் மகளையும் பார்க்கும் ஆவலில் நான் மேஜர் வீட்டிற்குச் சென்று விட்டதை அறிந்து மகளைப் பார்த்து பேசியும் உள்ளார். பதினாலாவது வயதில் நலமுடன் இருக்கும்போது பேசியது போல் இப்போது பேசியிருக்கிறாள். அளவில்லாத அப்படி ஒரு ஆனந்தம்.

உடனே இப்போதே அந்தப் பையனை நம்ம குல தெய்வத்தைப் பார்க்க வேண்டும் என்று துடித்திருக்கிறார். மேஜர் வீட்டுக்குப் போன் செய்துள்ளார்கள். ஆனால் நான் வெளியே சென்று விட்டதாகப் பணிப்பெண் கூறியிருக்கிறாள். ஒரு நிமிடம் கூடப் பொறுக்காமல் மேஜருக்குப் போன் செய்து கேட்டிருக்கிறார். நான் அந்த வீட்டில் வைத்தியம் செய்த எந்த விபரமும் மேஜருக்கு தெரியாது. ஆனால் அரைமணிநேரம் விலாவாரியாக நான் செய்ததை அனைத்தையும் சொல்லி முடித்தார்.

"மேஜர் சார், உங்க ராணுவ வீரர் சாமி (அதுதான் என் பெயர்). சாதாரண நபர் அல்ல. எங்களை பொறுத்தவரையில் அவன் எங்கள் குலக்கொழுந்தைக் காப்பாற்ற வந்த எங்கள் குலதெய்வம். உங்களுக்குக் கோடி கோடி நன்றி. உங்களால்தான் அவன் எங்களுக்குக் கிடைத்திருக்கிறான். நாங்கள் எங்கள் ஒட்டுமொத்த குடும்பமும் உங்களுக்கு நன்றி சொல்லக் கடமைப் பட்டவர்கள்,"

"ஐந்து வருடங்களுக்குப் பிறகு இன்றுதான் எங்களுக்கு தீபாவளி. அதற்காக நீங்கள் என்ன கேட்டாலும் நாங்கள் கொடுக்கக் காத்திருக்கிறோம்." இப்படியெல்லாம்

மேஜரிடம் பேசி அந்தப் பையன் அங்கு வந்தானா என்று கேட்க அப்போதுதான் மேஜருக்கே என்னைப் பற்றி முழுமையாகத் தெரிய வந்துள்ளது. "வெளியே சென்றுள்ளான். இப்போது வந்துவிடுவான்," என்று சொல்ல, அதுவரை காத்திருக்க முடியாமல் கார் எடுத்துக் கொண்டு வலைவீசி தேடி இருக்கிறார்.

அப்போதைக்கு யார் கண்ணிலும் படவில்லை. காலை சுமார் 11 மணி அளவில் வீடு வந்து சேர்ந்தேன். வீட்டு வாசலிலேயே காத்திருந்தார். நான் வந்ததும் வராததுமாக மேஜருக்குப் போன் செய்து, "இன்று முழுவதும் உங்கள் பணி செய்ய வேறு ஒரு ஆளை நியமித்துக் கொள்ளுங்கள். உங்கள் சாமி இன்று முழுக்க எங்களுடன் தான் இருப்பான்," என்று பேசி அனுமதி வாங்கிக் கொண்டார்கள்.

மேஜருக்கு நன்கு தெரியும். அவர்கள் கேட்டால் யாரும் மறுக்க முடியாது. ஏனென்றால் இவர் முடியாது என்று சொன்னால் மேல் அதிகாரிகளிடம் சொல்லி அனுமதி பெற்று விடுவார்கள். நம்ம மரியாதை போய் விடும் என்று என்னை அங்கு செல்ல ஆணை பிறப்பித்தார். மறுநாள் அவர்கள் வீட்டிலிருந்து மேஜர் வீட்டுக்கு வந்த என்னை மேஜர் அழைத்து,

"நீ செய்தது சாதாரண காரியமல்ல. சாதனை. ராணுவ மரியாதையைக் காப்பாற்றி விட்டாய்," என்று என்னை மிகவாகப் பாராட்டினார். எல்லாரும் என்னை ஒரு அபூர்வ சக்தி உள்ளவன் என்று நினைத்து அன்றிலிருந்து மேஜர் வீட்டிலும் கூட சகல மரியாதையுடன் கவனித்தார்கள். நான்

வீட்டிற்குச் சென்றதும் ஒருவர் மாறி ஒருவர் உச்சி முகர்ந்து கிட்டத்தட்ட அவர்களுடைய குலதெய்வமாக கருதினார்கள். அந்த அளவுக்குப் பாராட்டுக்கள்.

எனக்கு ஒன்றுமே புரியவில்லை. ஆனாலும் நான் எப்போதும் போல் சாதாரணமாகவே இருந்தேன். அப்படி என்ன பெரிய சாதனை செய்து விட்டேன்? ஏதோ காக்கா உட்காரப் பனம்பழம் விழுந்த கதை போல் எண்ணி எப்போதும் போல் என் வைத்தியத்தைத் தொடர்ந்து செய்து வந்தேன். என்னை முழு நேரமும் அங்கேயே இருக்கும்படி ஆணையிட்டிருந்தார் மேஜர். ஆனாலும் அதையும் மீறி மேஜர் வீட்டுக்கு அவ்வப்போது சென்று வந்தேன். ஆனால் இப்போதெல்லாம் எந்த வேலையும் செய்யச் சொல்வதில்லை. சகலரும் மரியாதையுடன் நடத்த ஆரம்பித்து விட்டார்கள். என்னை ஒரு காட்சிப் பொருளாகவே பார்த்தார்கள். இது எனக்கு சற்று உறுத்தலாகவே இருந்தது. நான் சாதாரண ராணுவ வீரன். மேஜரோ மிகப்பெரிய மேலதிகாரி என்பது மறுக்க முடியாத உண்மை. அவருக்குரிய மரியாதையை நான் ஒரு ராணுவ வீரன் என்ற முறையில் கட்டுப்பட்டே ஆகவேண்டும். அதன்படி உண்மையாக நடந்தேன்.

மாதம் ஒருமுறை ராணுவ முகாமிற்குச் சென்று அங்கு நடக்கும் முக்கிய பயிற்சிகளில் கலந்து விட்டு வருவேன். தற்போதெல்லாம் ராணுவ முகாமிற்கு சென்ற உயர் அதிகாரிகள் கூட ஆச்சர்யத்தோடு மிகவும் மரியாதை கொடுத்துப் பேசியது வியப்பாக இருந்தது. ராணுவத்தில் ஒரு சாதாரண சிப்பாய் என்ன பாடுபடுவார் என்பதை ராணுவத்தில் பணிபுரிந்த அவர்களிடம் கேட்டால் கதை

கதையாகச் சொல்வார்கள். அப்படி ஒரு நிலையில் எனக்கோ ராணுவ முகாமில் ராஜமரியாதை. காரணம் அந்த வீட்டில் உள்ள காண்ட்ராக்ட்காரர்கள். அதனால்தான் இந்த அளவு மரியாதை. ஆனால் எனக்கு இது சுத்தமாகப் பிடிக்கவில்லை.

இப்படியாக 45 நாட்கள் கடந்த நிலையில் அந்த வீட்டுப் பெண் முற்றிலும் குணமடைந்து முகம் உடல் நல்ல தோற்றத்துடன் காணப்பட்டாள். தழும்பு மட்டுமே கொஞ்சம் இருந்தது. நல்ல குரல்வளம். ஆடுகிறாள், பாடுகிறாள், என்னைப் பார்த்து விட்டால் போதும்; காலில் விழுந்து விடுவாள். வீட்டில் உள்ள அனைவருக்கும் மட்டற்ற மகிழ்ச்சி.

அப்பாக்கள் யாரும் ஒருவாரம் பணிக்கு செல்லவில்லை. மகளைப் பார்த்துப் பார்த்து பூரிப்புடன் கொஞ்சி மகிழ்ந்தார்கள். இது இப்படியே நீடிக்க வேண்டும். பழையபடி ஏதும் வியாதி வந்து விடக்கூடாது என்று தினம் தினம் வேண்டினேன். சமயத்தில் அவர்கள் காட்டும் அளவில்லா அன்பால் சில சமயம் காலில் கூட விழப் பார்த்தார்கள். அப்போதெல்லாம் பெரியவர்கள், பண பலம் மிக்கவர்கள் என்றெல்லாம் பார்க்க மாட்டேன். திட்டி விடுவேன். அதைக் கூட அவர்கள் மகிழ்ச்சியாக ஏற்றுக் கொண்டார்களே தவிர ஒரு நாளும் கோபப்பட்டது இல்லை.

இப்போதெல்லாம் அதிகம் வைத்தியம் பார்ப்பதில்லை. மேலோட்டமாக ஏதேதோ மருந்து தடவி கொஞ்சம் பவுடர்

போட்டு கொஞ்ச நேரம் ஆறுதல் சொல்லி விட்டு வந்து விடுவேன். அதுவும் தழும்பு மறைய வேண்டுமே என்றுதான். ஒரு நாள் பக்கத்து வீட்டார் அனைவரும் மேஜர் வீட்டிற்கு வந்திருந்தார்கள். கையும் ஓடவில்லை, காலும் ஓடவில்லை. அவர்களை வரவேற்று அமர வைத்து உபசரித்தார். சொல்லி இருந்தால் நானே தங்களை வந்து பார்த்திருப்பேன் என்று மரியாதைக்காக கூறினார்.

"சார், நாங்கள் உங்களைத் தேடி வருவதுதான் முறையாகும். உங்கள் சாமி உங்கள் வீட்டுக்கு வந்தது நாங்கள் செய்த புண்ணியம். அவன் யாரோ எவரோ யார் பெற்ற பிள்ளையோ; எங்களுக்காக எங்க பிள்ளையைக் காப்பாற்றுவதற்காகவே அவதாரம் எடுத்து வந்த கடவுள்," என்றெல்லாம் புகழாரம் பாடினார்கள். நான் ஓரிரு வார்த்தைகள் பேசலாம் என்று அவரிடம் அனுமதி பெற்றுச் சொன்னேன்:

"ஐயா, என் பங்கு எதுவும் இல்லை. எனக்கு எந்த சக்தியும் இல்லை. எப்பவுமே என் மனதில் ஏதோ ஒன்று தோன்றும். அப்படியே செய்தேன். சிறு பிள்ளையிலிருந்து அப்படி ஒரு பழக்கம். அதுவும் போக கடந்த நான்கு வருடங்களாக பல கைதேர்ந்த டாக்டர்களிடம் காண்பித்து மருந்து மாத்திரைகள் கொடுத்து வந்துள்ளனர். அந்த மருந்து எல்லாம் இப்போது தான் வேலை செய்துள்ளது. அந்த நேரம் பார்த்து என் மனதிற்குள் தோன்றியதைச் செய்தேன். அவ்வளவுதான்," "நான் வராமல் இருந்திருந்தாலும் குணமாகி இருக்கலாம். இதில் நான் ஒரு கருவி மட்டுமே. நடந்தது அனைத்தும் தானாக நடந்துள்ளது. இதைப் போய்

அது இது என்று பெரிதாக எதுவும் நினைக்கத்
தேவையில்லை," என்று பவ்யமாக கூறியதைக் கேட்டு
எல்லாரும் ஒரு படி மேலே போய் மேலும் மேலும் என்
தன்னடக்கத்தை நினைத்துப் பேசினார்கள்.

கிட்டத்தட்ட பரிபூரணமாகக் குணமாகி விட்டாள் என்றே
சொல்லலாம்.. இப்போதெல்லாம் தினசரி ஒரு மணி நேரம்
வெளியே அழைத்துச் சென்று பொது இடங்களில்
கடைகள் என்று காண்பித்து விட்டு அழைத்து வருகிறேன்.
மனம் சற்று குதூகலம் அடையட்டும் என்பதற்காக. இது ஒரு
மாதம் தொடர்ந்தது.

வெளி உலகம், சுதந்திர காற்று, நான்கு ஆண்டுகள் வீட்டில்
ஒரு தனி அறையில் அல்லல் பட்ட அவளுக்கு சற்று
உற்சாகமாக இருந்தது. வீட்டில் உள்ளவர்கள் நம்ம
பொண்ணு மறு ஜென்மம் எடுத்ததாகவே கருதினார்கள்.
நிரந்தரமாக ஒரு மாதமாக அவர்கள் வீட்டிலேயே அதிக
நேரம் இருந்தபடியால் நான் ஒரு ராணுவ வீரன்தானா என்ற
சந்தேகம் கூட சமயத்தில் எழும். இது எனக்கு சற்று தர்ம
சங்கடமாக இருந்தது. இந்த நிலை நீடித்தால் ராணுவ
செயல்களை மறக்க வாய்ப்புள்ளது. எனவே எப்படியும்
பழையபடி ராணுவ முகாமிற்கு செல்ல நினைத்து
அவர்களிடம்,

"இப்போது உங்க பாப்பா நன்கு குணமாகி விட்டாள்.
ஆகையால் நான் மேஜர் வீட்டிற்குச் சென்று அங்கிருந்து
ராணுவ முகாமிற்குச் செல்ல நினைக்கிறேன். ஆகையால்
எனக்கு அனுமதி கொடுங்கள். உங்கள் பாப்பாவுக்கு இனி

எந்த வைத்தியமும் தேவையில்லை," என்று கூறி அனுமதி
கேட்டேன்.

ஆனால் அவர்களோ வேறு ஒரு முடிவுடன் இருப்பதாக
எங்கள் மேஜர் மூலம் அறிய முடிந்தது. அதாவது அந்த
வீட்டுப் பெண்ணை எனக்கு மணமுடித்து, ராணுவத்தை
விட்டு விலகச் செய்து, வீட்டோட மாப்பிள்ளையாக
வைத்துக் கொள்ளலாம் என்று
முடிவெடுத்திருந்தார்கள். இந்தத் திட்டத்துடன் டெல்லி
சென்று, ராணுவ அமைச்சரிடம் பேசி, ராணுவத்தில் இருந்து
விடுவிக்க ஏற்பாடு செய்ய போவதாக அவர்கள் அனைவரும்
கூடிப் பேசி முடிவு எடுத்து இருப்பதாகக் கூறிய தகவல்
எனக்கு அதிர்ச்சியாக இருந்தது.

ஒரு சிலர் வேண்டுமானால் சந்தோசம் அடையலாம். கரும்பு
தின்னக் கூலியா? 500 கோடி சொத்துக்கு ஒரே வாரிசு.
இந்தியா முழுவதும் பல பங்களாக்கள்; ஏகபோக வசதி,
அழகு வடிவம். அதுவும் வலிய வருது. யாருக்குக் கசக்கும்?
ஆனால் நம்மவரோ எந்த ஒரு நினைப்பும் எந்த ஒரு
எதிர்பார்ப்பும் இல்லாமல் விளையாட்டாக ஏதோ செய்யத்
தோன்றியது; செய்தோம். அது நன்மையில் முடிந்தது
சந்தோசம். அவ்வளவுதான். நல்லது கெட்டது எது என்று
முடிவெடுக்க தெரியாத வயது. ஒருவேளை நான் முடியாது
என்று சொன்னால் என்னை ஏதாவது செய்து விடுவார்களோ
என்ற பயம்.

மேலும் திருமணம் என்பது எனக்காகவே ஊரில் எனது
மாமா மகள் காத்துக் கொண்டிருக்கிறாள். மோகம் ஆசை

எல்லாம் என் மாமா மகளிடம் மட்டுமே. மேலும் அந்த வீட்டுப்
பெண்ணிடம் பாசம் எழுகிறதே தவிர காதல் பார்வை
சத்தியமாக வரவே இல்லை. வரவும் வராது. விளையாட்டாக
ஏதோ செய்யப் போய் அது விபரீதத்தில் போய் முடியும்
போல் தெரிகிறது. இவைகளை நினைத்து நினைத்து மனம்
மிக மிக வேதனை பட்டது.

ஒரு வாரம் அவர்கள் வீட்டுக்குச் செல்லவில்லை.
அப்பாக்கள் கேள்விப்பட்டு மேஜர் வீட்டுக்கு
வந்துவிட்டார்கள். என்னை அவர்கள் வீட்டுக்கு
அனுப்பும்படிக் கேட்டனர். மேஜர் அழைத்ததும் அவருக்கு
முன்னால் வந்து நின்றேன்.

"ஒரு வாரமாக நீ அங்கு செல்லாததால் அந்தப் பாப்பா
சரியாகச் சாப்பிடுவதில்லை; தூங்குவதில்லை.
அழுதுகொண்டே பைத்தியம் பிடித்தவள் போல்
இருக்கிறாள். உன் நினைப்பாகவே பார்க்க ரொம்ப
சங்கடமாக இருக்கிறதாம். எங்கே பழைய நிலைக்குச்
சென்று விடுமோ என்று பயப்படுகிறார்கள்," என்று
கூறினார்.

ஆனால் எனக்குள் ஒன்று மட்டும் தெளிவாகப் புரிந்தது.
நான் ராணுவ முகாமிற்குச் சென்றால் நான் ஒரு ராணுவ
வீரன் என்ற நிலையை யாரும் எனக்குத் தருவதில்லை.
பதிலாக சக வீரர்கள் மட்டுமல்ல, மேல் அதிகாரிகள் கூட
எனக்கென்று தனி சலுகைகள், தனி சாப்பாடு; எந்த ராணுவ
வீரர் கட்டுப்பாடுகளும் எனக்கில்லை என்ற நிலை
இருந்தபடியால் மற்ற வீரர்கள் போல் ராணுவ பயிற்சிகளைத்
தரப் பயப்படுகிறார்கள். காரணம் பெரிய கோடிஸ்வரன்

வீட்டிற்கு மாப்பிள்ளையாகப் போக உள்ளார் என்ற நினைப்பில் எனக்கு நல்ல உபசரிப்பு தனி மரியாதை.

எனக்கு வியப்பாக இருந்தது. சற்றுப் பயமாகவும் இருந்தது. நாம ஏதாவது குறை வைத்து, அந்தச் செய்தி அந்த பிரபுக்களுக்குத் தெரிந்து, அவர்கள் ராணுவ மந்திரிக்குப் போன் செய்து ஏதாவது சொல்லிவிட்டால் நமது வேலைக்கே உலை வைத்து விடுவார்கள் என்று நினைத்து எனக்கு அவ்வளவு மரியாதை கொடுத்து இருக்கிறார்கள். அந்தக் காலம் அறியாத வயது. புரியாத பருவம். நல்ல சிவப்பு நிறம், வட்ட முகம். வாளிப்பான உடல் வாகு. இப்படி ஒரு அழகுடன் ஒரு ஆண்மகன் கிடைத்தால் அந்தப் பெண் மயங்கியதில் வியப்பேதும் இல்லை என்று முகாமில் என் காதுபடப் பலர் பேசியதை பலமுறை கேட்டிருக்கிறேன்.

என் தாயாருக்குப் பன்னிரண்டாவது கடைசி பிறப்பு பிறக்கும்போதே அப்படி ஒரு ஜொலிப்பாம். நல்ல சிவப்புடன் கொழு கொழு என்று பிறந்தேனாம். பதினாலாவது வயதில் கூட அந்தக் கிராமத்தில் எல்லாரும் என்னைத் தூக்கிக் கொஞ்சுவார்களாம். இந்தச் சூழ்நிலையில் நான் என்ன செய்வது? எனக்கு ராணுவ வீரருக்கு உரிய பயிற்சி சரியாகத் தரப்படவில்லை. மறுபக்கம் அந்தப் பணக்கார வீட்டின் அன்பு தொல்லை. உள்ளூர எனக்கு வாழ்க்கையே வெறுத்து விட்டது. அந்த வீட்டுப் பெண்ணைத் திருமணம் செய்ய மறுத்தால் ஏதாவது செய்து விடுவார்களோ என்ற பயம் வேறு. நிச்சயமாக அந்தப் பெண்ணைத் திருமணம் செய்ய இயலாது. ஊரில் உள்ள என் மாமா மகள் எனக்கென்றே காத்திருக்கிறாள் என்ற நினைப்பு மட்டுமே

பெரிதாக இருந்தது.

நான் ராணுவத்தில் பணியாற்றும் இந்த நிலை நீடித்தால் நான் ஒரு ராணுவ வீரன் என்று சொல்லவே வெட்கமாக இருந்தது. இதற்கு ஏதாவது முடிவு எடுத்து ஆக வேண்டும் என்று நினைத்து அவர்கள் வீட்டிற்கு சென்று, "ஊர் ஞாபகம் வந்துவிட்டது. ஊருக்கு போய் பெற்றோர்களுடன் பேசி விட்டு முடிவு சொல்கிறேன்," என்று லீவுக்கு மனு செய்தேன்.

அப்போதெல்லாம் நான் சொல்வது மேலிடத்து உத்தரவு போல். உடனே இரண்டு மாத லீவு கொடுத்து விட்டார்கள். அப்போது கூட அந்த கோடீஸ்வர குடும்பம் விடுவதாக இல்லை. "நீ ஏன் சிரமபட்டுப் போக வேண்டும்? நானும் நீங்களும் விமானத்தில் போய் சென்னையில் இருந்து ஒரு ராணுவ வாகனம் எடுத்துக் கொண்டு உங்க கிராமத்தில் உள்ள எல்லாரையும் பார்த்து விட்டு வருவோம். விரும்பினால் அவர்களையும் உடன் அழைத்து வந்து விடுவோம். இங்கு தான் நமக்கு நான்கு பங்களாக்கள் உள்ளனவே. அப்படியிருக்க கிராமத்தில் ஏன் அவர்கள் கஷ்டப்படவேண்டும்?" (உண்மையில் கஷ்டம் தான்) என்றார்.

அங்கே போனால் திரும்பி வரமாட்டாரோ அல்லது ஏதாவது ஏடாகூடமாக செய்து விடுவாரோ என்ற நினைப்பில் என்னை தனியே அனுப்பத் தயங்கினார்கள். இவர்களிடம் மறுப்பு தெரிவித்தால் லீவுக்குச் செல்வதை நிறுத்தி விடுவார்கள் என்று நினைத்து அந்தப் பெண்ணிடமே நைசாகப் பேசி சம்மதம் பெற்றுக் கொண்டேன். ஒரு

வழியாக நல்ல முறையில் பேசி சம்மதம் கிடைத்ததும் அப்பாடா தப்பித்தோம் பிழைத்தோம் என்று நினைத்து உடனே கிளம்பி ஊர் வந்து சேர்ந்தேன்.

ஊருக்கு வந்ததும் முதல் காரியமாக மாமா மகளைத் திருமணம் செய்தேன். இந்த விஷயத்தை இரண்டு மாதம் லீவு முடியும் தருவாயில் தந்தி மூலம் ராணுவ முகாமிற்குத் தகவல் கொடுத்தேன். கூடவே என் மனைவியை உடன் அழைத்து வர அனுமதி கேட்டு இருந்தேன். இந்த முடிவு அந்த வீட்டிற்குத் தெரிந்தால் அதன்  பிறகாவது சாந்தமாகி விடுவார்கள் என்ற ஒரு தப்பான முடிவு எடுத்து விட்டேன்.

ஆனால் என் திருமண செய்தியைக் கேட்டு இளையவர் மிகுந்த கொந்தளிப்பு அடைந்தார். அந்தப் பெண்ணுக்கோ பேரதிர்ச்சியாக இருந்துள்ளது. இருந்தாலும் சித்தப்பாவை சமாதானப் படுத்தி இருக்கிறாள் என்பதும் லீவு முடிந்து நான் மட்டும் வந்ததும் தெரிந்து கொண்டேன். மனைவியை அழைத்து வரும் அனுமதி கோடீஸ்வர பிரபுவால் கேன்சல் ஆகிவிட்டது. ராணுவ முகாமிற்கு வந்த பிறகு அந்தப் பெண்ணை நினைக்க வேதனையாக இருந்தது. அந்த அளவுக்கு வேதனை அடைந்து அழுது புலம்பியிருக்கிறாள்.

பெரியோர்கள், சிந்தனையாளர்கள், வேதாந்திகள் பலர் கூறுகின்றனர். வாழ்க்கையில் நாம் ஒவ்வொரு காரியத்தையும் சிந்தித்துச் செயல்பட வேண்டும். அப்போதுதான் பல காரியங்கள் செவ்வனே நடக்கும்; வெற்றியும் கிட்டும். சிந்தித்து முடிவு எடுக்காதவர்கள் தோல்வியையே சந்தித்து உள்ளனர் என்று ஆணித்தரமாகக்

கூறியுள்ளனர். ஆனால் கால நேரம் நம் சிந்தனையை விட வலிமையானது என்பதை ஏன் ஒப்புக்கொள்ள மறுக்கிறார்கள்?

பிரபல ஜோதிட வல்லுனர்கள் கூட தினசரி ராசி பலன்களைக் கூறும் போது, "இன்று சந்திராஷ்டமம்; செலவினங்கள் கூடும்; பகைவர்கள் தொல்லை இருக்கும்; போக்குவரத்தை நிறுத்திக்கொள்வது நல்லது; முன்யோசனையுடன் சிந்தித்து செயல் பட்டால் வரும் துன்பங்களில் இருந்து தப்பிக்கலாம். அல்லது துன்பங்கள் வருவதை தடுக்கலாம்," என்று பலவாறாகக் கூறுவதைக் கேட்டு இருக்கலாம். ஆனால் கால நேரம் எல்லாவற்றையும் கடந்து நடப்பதைத் தடுக்கும் சக்தி கடவுளுக்கே இல்லை என்கிறபோது நம்மால் மட்டும் எப்படி சிந்தித்துச் செயல்பட முடியும்? கிணற்றில் விழுந்தால் மடிவது திண்ணம் என்று தெரிந்த பிறகு எவராவது விழுவார்களா? ஆனால் கால நேரத்தின் கட்டாயத்தால் சில நேரம் பல அசம்பாவிதங்கள் நடந்து விடுகின்றன.

ஆகையால் திடமான முடிவுடன் அந்த கோடீஸ்வரன் மகளைப் பார்த்து ஆறுதல் கூறி விட்டு வரலாம் என்ற எண்ணத்தில் அங்கு சென்றேன். அவர்கள் வீட்டில் இரண்டு அப்பாக்கள் மட்டுமே இருந்தனர். அம்மாக்கள் எல்லாரும் இருந்தனர். நான் உள்ளே சென்றபோது உள்ளே விட மறுத்தார்கள். ஆனால் உள்ளே இருந்து மகள் மட்டும் அழைத்தாள். எனக்கு அவளை நேருக்கு நேர் பார்க்கும் சக்தி இல்லை. ஆனால் என்ன செய்வது? காலத்தின் கட்டாயம். ஒவ்வொருவரும் பல கேள்விகளால் என்னை வாட்டி

எடுத்தார்கள். மகள் மட்டும் மிகுந்த சோகத்துடன் இருந்தாளே தவிர ஒன்றுமே பேசவில்லை. உடல் மெலிந்து மிகுந்த கவலையுடன் இருந்ததைப் பார்க்க முடிந்தது. என்னை நேருக்கு நேர் பார்த்ததும் தேம்பித் தேம்பி அழுதாள். தொடர்ந்து என்னைப் பார்த்து பேச திராணி இல்லாததால் உள்ளே போய் விட்டாள். இரண்டாவது அம்மா மட்டும் சற்றுத் தெளிவாக,

"தம்பி, எப்படி உங்களால் இவளுக்கு இப்படி ஒரு தண்டனை கொடுக்க முடிந்தது? அதற்குப் பேசாமல் குணப்படுத்தாமல் இருந்திருக்கலாமே? சர்வசாதாரணமாக எப்படி உங்களால் இருக்க முடிந்தது? தயவுசெய்து இன்னொரு முறை இங்கு வர முயற்சிக்காதீர்கள். நான் இப்படிச் சொல்வது மாபெரும் தவறுதான். இல்லை என்று சொல்லவில்லை. இதற்கு ஆரம்பத்தில் வராமலே இருந்திருக்கலாம். குணப்படுத்தாமலே இருந்திருக்கலாம். குணமாகியும், அதாவது உங்களாலேயே குணமானது, இப்போது உங்களாலேயே நடைப்பிணமாக இருக்கிறாள்."

இப்படி வேதனை தாங்க முடியாமல் கூறியது என் மனதை மிகவும் பாதித்தது. அன்றுதான் வாழ்க்கையில் தீவிரமாக சிந்திக்கத் தொடங்கினேன். நாம் பெருத்த தவறு செய்து விட்டோமே என்ற கவலை வாட்டி வதைத்தது. என்ன செய்ய? காலம் செய்த கோலம். முன்பெல்லாம் அவர்கள் வீட்டுக்குச் சென்றால் ராஜமரியாதை. அந்த வீட்டில் நான் வைத்ததுதான் சட்டம். ஆனால் என் தலையில் தானே மண்ணை வாரி போட்டு கொண்டோமோ என்ற மன வருத்தம் லேசாக இருந்தது. அவர்களுக்கு புரிய வைக்க

வேண்டும்; என் எண்ணங்களின் பிரதிபலிப்புகளை அவர்களுக்கு தெரிவிக்க வேண்டும் என்ற எண்ணத்தில்,

"உங்கள் மகள் ஒரு அழகுப் பெட்டகம். 500 கோடி சொத்துக்களுக்கு ஏகபோக வாரிசு. இவளைக் கட்டிக்க யாருக்குத்தான் கசக்கும். அப்படி இருந்தும் ஏன் மறுக்கிறேன் என்று உங்களுக்கு எப்படிப் புரியவைப்பது?"

"நான் இங்கு வந்தது உங்கள் மகளின் நிலையைக் கண்டு வருத்தப்பட்டு ஏதாவது செய்தாக வேண்டும் என்ற எண்ணத்தில். சந்தர்ப்ப வசத்தால் எதேச்சையாக நடந்த நிகழ்வுகள். என்றாவது ஒருநாள் கெட்ட எண்ணத்தில் அவளை தொட்டு இருப்பேனா? அல்லது தவறாக ஏதாவது பேசி இருப்பேனா? அப்படி இருந்தும் மறுக்கக் காரணம் என்ன? உங்களுக்குத் தெரியவில்லையா?"

"நான் அவளுக்கு வைத்தியம் பார்த்ததால் நான் அவளுடைய குரு ஆசான். எங்கேயாவது கேள்விப்பட்டதுண்டா குரு தனது சிஷ்யயை மணந்தார் என்று. அவள் ஒரு நோயாளி; ஏதோ நான் வைத்தியம் செய்ததில் குணமடைந்து இருக்கிறாள். நான் ஒன்றும் டாக்டர் அல்ல. செய்யப்பட்டது வைத்தியமும் அல்ல. ஏதோ ஒன்று பைத்தியக்காரன் மாதிரி செய்ய எதேச்சையாக அது சரியாக இருக்கிறது,"

"கடந்த நான்கு ஆண்டுகளாகக் கொடிய நோயில் இருந்து மீண்டு பழைய நிலையை அடைந்ததைக் கண்டு பெருமைப்படுவீர்களா. அன்று எல்லாரும் என்ன

சொன்னீர்கள்? எங்கள் குலக்கொழுந்து, காப்பாற்ற வந்த குலதெய்வம் என்றெல்லாம் புகழ் பாடினீர்கள். இப்போது அதே குலதெய்வத்தை வசைபாடுவது எந்த வகையில் நியாயம்? இப்படி பேசுவது உங்களுக்கே நல்லா இருக்கா? இதுதான் நீங்கள் எனக்குக் காட்டும் நன்றியா?"

"கோடான கோடி பணம் செலவழித்து ஏராளமான வெளிநாட்டு டாக்டர்களை எல்லாம் வரவழைத்துப் பார்த்தும் குணமாகாத உங்க பொண்ணு இப்போது நல்ல குணம் அடைந்து நல்ல முறையில் உங்கள் முன் சுதந்திரமாக சந்தோஷமாக ஆரோக்கியமாக நடமாடுவதற்கு நீங்கள் காட்டும் நன்றியா? உங்கள் பொண்ணை குணமாக்குவதற்கு இதுவரை ஏதாவது சின்ன உதவியோ பணமோ கேட்டிருப்பேனா? அப்படிப்பட்ட என்னிடம் காட்டும் நன்றி இதுதானா?.

"ஒன்று மட்டும் நன்கு தெரிந்து கொள்ளுங்கள். நல்லது மட்டுமே செய்த என்னை உங்கள் மகளைத் திருமணம் செய்யவில்லை என்ற ஒரே காரணத்திற்காக, எங்கள் ராணுவ அலுவலகத்தில் இளையவர் போன் மூலம் பேசி, எனக்கு மனைவியுடன் ராணுவக் குடியிருப்பில் தங்குவதற்கு வாங்கிய அனுமதியைக் கேன்சல் செய்ய வைத்துள்ளார். இது எந்த வகையில் நியாயம்? உங்கள் மகளைப் பார்ப்பதற்கு முன்பே என் மாமா மகளுக்கு வாக்குக் கொடுத்து விட்டேன். அவள் பரம ஏழை. எனக்காகவே ஊரில் தவம் இருக்கிறாள். அவளுக்கு நான் மட்டுமே இருக்கிறேன் இப்போது,"

"நீங்கள் வேதனைப் படுவதுபோல, நான் அவளுக்குக் கிடைக்காத போது அவள் மனம் எப்படி வேதனைப்படும்? உங்கள் பொண்ணை நோயாளியாகத்தான் பார்த்தேன். மற்றபடி உங்க பொண்ணுக்கும் எனக்கும் வேறு என்ன சம்பந்தம் உள்ளது," என்று நீண்ட லெக்சர் அடித்துவிட்டு, "நீங்களும் நிம்மதியாக இருங்கள். என்னை குருவாக நினைக்கச் சொல்லுங்கள். அவள் மனம் லேசாகி சகஜ நிலைக்கு வந்து விடுவாள்," என்று கூறி விட்டுக் கிளம்பும் போது, வேகமாக ஓடிவந்து காலில் விழுந்து மன்றாடி மன்னிக்க வேண்டினாள்.

அதற்கு மேல் அங்கு நிற்க மனம் இல்லாததால் அவளை ஆசுவாசப் படுத்தித் தூக்கிவிட்டு சந்தோஷமாக இருக்கும்படி சொல்லிவிட்டு வந்தேன். மறுநாள் எனக்குக் குடியிருப்பு அலாட் ஆகிவிட்டது. என் மனைவியை அழைத்து வந்து விட்டேன். மனைவி வந்த ஒரு வருடம் ஆன நிலையில் ஒரு பெண் குழந்தையையும் பிறந்தது.

ஒரு நாள் பாஸ் வாங்கிக் கொண்டு மார்க்கெட் சென்ற போது தற்செயலாக அந்தப் பெண்ணைப் பார்க்க நேர்ந்தது. ஆனால் அவள் என்னைப் பார்க்கவில்லை. மறைந்த மனம் மீண்டும் லேசாகத் துளிர்விட்டு வாட்டியது. இப்படியே இது தொடர்ந்தால் என்றாவது ஒருநாள் சிக்கல்தான் என்று நினைத்து ஒரு வாரத்திற்குள் வேறு ராணுவ முகாமிற்கு மாற்றல் கேட்டுச் சென்று விட்டோம். ஒருவகையில் எனக்கு சற்று ஆறுதலாக இருந்தது. ஆனாலும் கொஞ்சம் வருத்தம். நல்ல பழகிய நண்பர்கள். நல்ல மேஜர் குடும்பம். பக்கத்து வீட்டில் நடந்த நிகழ்வுகள் கொஞ்சம் வருத்தத்தைத்

தரத்தான் செய்தது. இருந்தாலும் புது மனிதர்கள், புதிய இடம் கொஞ்சம் ஆறுதல் அளித்தது. அங்கு நடந்த சம்பவங்கள் எதுவும் மனைவிக்குத் தெரியாது. இதுவரையும் தெரியாது. இது ஒன்றும் அவ்வளவு முக்கிய விஷயம் ஒன்றும் இல்லை. ஆகையால் சொல்லத் தோன்றவில்லை.

எப்போது அந்தப் பழைய இடத்தை விட்டு வந்தேனோ அன்றிலிருந்து எனக்குக் கெட்ட காலம் ஆரம்பித்து விட்டது போலும். அதன் பிறகு என் வாழ்க்கையில் மனைவி என்ற வசந்தம் இருந்தபோதும் வறட்சி, சோகம், விரக்தி மட்டுமே தொடர்ந்தது. ஆனால் நான் சோர்வு அடையும் போதெல்லாம் என் மனைவி என்ற டானிக் கொஞ்சம் ஊக்கத்தை கொடுத்தது. பழைய நினைவுகளைக் கொஞ்சம் கொஞ்சமாக மறக்க என் மனம் பாடுபட்டது.

காலங்கள் விரைந்தோடி நாளாக நாளாக ராணுவ வாழ்க்கையே வெறுத்து விட்டது. எதையோ பறிகொடுத்தது போல் இருந்தது. மீண்டும் ஓர் புதிய இடம் சென்றால் மீதம் உள்ள ராணுவ வாழ்க்கையைக் கழித்து விட்டு சுதந்திரப் பறவையாக வெளியேறலாம் என்று நினைத்து மீண்டும் வேறு இடத்திற்கு மாற்றலுக்கு விண்ணப்பித்தேன். நான் கேட்டபடியே மேற்கு வங்காளம் பினாக்குடிக்கு மாற்றலாகி புதிய இடத்திற்கு வந்தோம்.
அங்குதான் என் வாழ்க்கையில் பல மாற்றங்கள், திருப்பங்கள். ராணுவப் பணியில் விரக்தி. என் மனம் வேறு எதையோ தேடுகிறது. எதையோ பறிகொடுத்தவன் மாதிரியான ஒரு மனநிலை. ஒரு வழியாக 1980 அக்டோபர் 1 ஆம் தேதி ராணுவத்திலிருந்து ஓய்வு பெற்றேன். அப்போது

மிக மிக சந்தோஷமாக இருந்தது. ஆனால் காலம் என்னவோ கைகொட்டிச் சிரித்தது போல் உள்மனம் சொன்னது.

"போடா முட்டாள். இனிமேல்தான் உச்சகட்ட கஷ்டங்களை அனுபவிக்க வேண்டியது உள்ளது," என்பது அப்போதைக்குத் தெரிய நியாயமில்லை. ராணுவத்திலிருந்து ஓய்வு பெற்றவன் எல்லாரும் பிறந்த ஊருக்குத்தான் செல்வார்கள். ஆனால் நானோ நேராக சென்னை வந்து இறங்கினேன். ஊரில் தாயார் இல்லை. லீவில் வந்து பார்க்கக் கூட முடியாத நிலை. தற்போது என் தந்தை மட்டும் ஏனோ தானோ என்று இருக்கிறார். ஒருவேளை நேராக ஊருக்குச் சென்றிருந்தால் உருப்பட்டு இருப்பேனோ என்னவோ. சென்னையில் இறங்கியது காலத்தின் பிடியில் சிக்கி சின்னாபின்னமாக வேண்டும் என்று நிர்ணயிக்கப்பட்டிருக்கும் போது வேறு இடத்திற்குச் செல்ல முடியுமா என்ன? தப்பிக்க இயலுமா?

இன்றளவும் என் வாழ்க்கையில் நடந்த சம்பவங்களை நினைவுக்குக் கொண்டு வந்து மேலோட்டமாக எழுத முயன்றிருக்கிறேனே தவிர இதை ஒரு பெரிய கதாசிரியர் எழுதிய காவியமாக நினைக்க வேண்டாம். வாழ்க்கையில் ஒருவன் சிந்தித்து செயல்பட்டால் மட்டும் உயர முடியாது. சந்தர்ப்ப சூழ்நிலைகளை உருவாக்கிக் கால நேரம் கை கொடுக்க வேண்டும் என்பதே உண்மை. இதைப் படிக்கும் வாசகர்கள் தெரிந்து கொள்ள வேண்டும் என்பதற்காகவே கடந்த கால சம்பவங்களை நிகழ்வுகளைத் தெரிந்த அளவு தொகுத்து வழங்கியிருக்கிறேன். சந்தர்ப்ப சூழ்நிலைகளால் ஒருவருடைய வாழ்க்கை நிலை ஏற்ற இறக்கங்களை

உண்டாகுமே தவிர சமயோசித புத்தியால் நிச்சயமாக ஒருவரால் உயர்ந்த நிலையை அடைய இயலாது. முட்டாளாக இருப்பவனும் சிந்திக்காமல் செயலாற்றுபவர் கூட காலநேரம் கைகொடுத்து சந்தர்ப்ப சூழ்நிலைகளும் சாதகமாக அமைந்து விட்டால் முட்டாள் கூட பெரிதாக முன்னேறலாம் என்பதற்கு எத்தனையோ சான்றுகள் உள்ளன.

அதேநேரம் விடாமுயற்சி, சமயோசித புத்தியுடன் செயல்பட்ட பலர் விலாசம் இல்லாமல் போனதையும் காணலாம். மாணுட வாழ்க்கையின் மாற்றங்களுக்கு பல காரணம் சொல்லப்பட்டாலும் மாணுட சக்தி, கிரக சக்தி, தெய்வ சக்திகளுக்கும் அப்பாற்பட்ட ஏதோ ஒரு சக்தியால் மட்டுமே ஒரு சராசரி மாணுட வாழ்க்கை பாதை மாறுகிறது; மாற்றப்படுகிறது.

ஆக ராணுவத்தை விட்டு வெளியே வந்து சுதந்திர பறவையாக வெளி உலகில் முதன்முதலாகப் பிரவேசித்த எனக்குக் காணி நிலம் இல்லை. குடியிருக்க சொந்த வீடு இல்லை. கொஞ்சம் பணம் மட்டும் இருப்பு உள்ளது. எனக்கு உறவுகள் ஆலோசனை வழங்கியதை வைத்து ஏராளமான சொத்து வாங்கி இருக்கலாம். என் நேரமோ என்னவோ நான் கொஞ்சம் இரக்க குணம் உள்ளவன். வெளி உலக வாசிகள் பற்றி சற்றும் அறியாதவன். இருந்த பணத்திற்குப் பல புதிய உறவுகள் உருவாகின. வந்தவர்கள் வறுமை என்றனர். வாழ்க்கை பிரச்சனை என்றனர். புதிய புதிய தொழில் தொடங்கி லட்ச லட்சமாக சம்பாதிக்கலாம் என்ற விதை விதைத்தனர்.

எந்தவிதப் பிடிப்பின்றி கேட்பவர்களுக்கு எல்லாம் வாரி வாரி வழங்கினேன். சொன்னபடி எல்லாம் ஆடினேன். பலன் கடைசியில் எல்லாம் காலியாகி விட்டது. கடன் கொடுத்தவர்களிடம், தொழில் போட்ட பங்குதாரர்களிடம் திரும்பி கேட்டேன். திரும்ப திரும்பிப் பார்த்தனர். அப்போது தான் முதல் முதலாகக் கடவுளை நினைக்கிறேன். நாம நல்லதைத் தானே செய்தோம்? வட்டி வாங்காமல் அடமானம் எதுவும் வாங்காமல் எதையும் எழுதி வாங்காமல் கேட்ட உடன் கடன் கொடுத்து உதவியது தவறா? தொழிலில் பங்கு போட்டது தவறா? வறுமையில் அதைத் திருப்பிக் கேட்டது தவறா? ஆம் தவறுதான் என்றார்கள் என்னிடம் பயன் அடையாதவர்கள்.

கடைசியில் கிடைத்த பரிசு பைத்தியக்காரன் என்ற பட்டம். குடும்பமும் கோரப்பிடியில் சிக்கித் தவித்தது. கைகட்டி நின்றவர்கள் கைகொட்டி சிரித்தனர். விரக்தி அடைந்து என்னடா உலகம் இது என்று எண்ணி எண்ணி வருத்தப்பட்டு கடைசியில் ராணுவ வீரனுக்கு எங்கு சென்றாலும் வாட்ச்மேன் வேலை உறுதி என்று கேள்விப்பட்டதால் ஒரு மிகப் பெரிய கம்பெனியில் பணிக்கு சேர்ந்தேன். ஓரளவு குடும்பம் கோரப்பிடியில் இருந்து மீண்டது. ஆனால் உடன் பணி செய்தவர்களின் சூழ்ச்சியால் அந்த வேலைக்கும் வேட்டு வைத்து விட்டார்கள்.

வாழ்க்கையே வெறுத்துவிட்டது. ஒரு மனிதனுக்கு அதிர்ஷ்டம் இருந்தால் மட்டுமே முன்னேற முடியும், முன்னுக்கு வரமுடியும், பெரிய ஆளாக முடியும்

என்றெல்லாம் பொதுப்படையாக சொல்வதுண்டு. இப்படி சொன்னவர்கள் பெரிய அதிர்ஷ்டமா சின்ன அதிர்ஷ்டமா என்று எவரும் தெளிவாக கூறவில்லை. அதே போல்தான் எனக்கும். வாழ்க்கையில் இரண்டு முறை அதிர்ஷ்டம் வந்தது. ஆனால் அதைப் புறக்கணித்து விட்டேன் என்பதை விட அப்படிப்பட்ட அதிர்ஷ்டத்தை அடைய எனக்கு அதிர்ஷ்டம் இல்லை என்றுதான் சொல்ல வேண்டும்.

அதிர்ஷ்டம் என்பது அதன் இஷ்டம்தானே? சரி, அப்படியே எனக்கு வந்த முதல் அதிர்ஷ்டத்தை, அதாவது சென்னையில் பெரிய பிஸ்கட் ஸ்டால் முதலாளியின் ஒரே மகள் கோடிக்கணக்கான சொத்து உடன் வந்த முதல் அதிர்ஷ்டத்தை நான் ஏற்றிருந்தால் நிச்சயமாக அங்கேயே செட்டில் ஆகி இருப்பேன். அதன் பிறகு நான் ராணுவத்தில் சேர்ந்து இருக்க முடியாது. அப்படியானால் இரண்டாவதாக வந்த மிகப்பெரிய அதிர்ஷ்டத்தை என்னால் சந்தித்திருக்க முடியாது.

ஆக ஒருவருடைய வாழ்க்கையில் அதிர்ஷ்டம் ஒரு முறைதான் கதவைத் தட்டும் என்பதெல்லாம் உண்மை அல்ல என்று தோன்றியது. பல முறை அதிர்ஷ்டம் கதவைத் தட்டும். அதனை அடைய அதற்குரிய அமைப்பு அமைய வேண்டும் என்பதே உண்மை. ஒருவேளை எமக்கு இரண்டு முறை 100 கோடி சொத்து உள்ள அதிர்ஷ்டமும் 500 கோடி சொத்து உள்ள பெரிய அதிர்ஷ்டங்களை விட மூன்றாவதாக மிக மிகப் பெரிய அதிர்ஷ்டம் எமக்கு வரக் காத்திருக்க உள்ளதோ. அதனால் தான் என்னவோ வந்திருந்த முதல்

இரண்டு அதிர்ஷ்டங்களையும் ஏற்க முடியாமல் போய் இருக்கலாம் என்று தோன்றுகிறது.

ஒரு காதலனுக்கு பேரழகு வாய்ந்த காதலி கிடைத்துவிட்டால் அவனுக்கு அது அதிர்ஷ்டம். ஒரு பிச்சை எடுப்பவனுக்கு என்றும் இல்லாத அறுசுவை உணவு கிடைத்தால் அவனுக்கு அது அதிர்ஷ்டம். ஏழை விவசாயிக்கு இந்த வருடம் அமோக விளைச்சல் கண்டால் அவனுக்கு அதிர்ஷ்டம். தரித்திர நிலையில் இருப்பவனுக்கு ஒரு புதையல் கிடைத்தால் அவனுக்கு அது அதிர்ஷ்டம். இப்படிக் கூறிக் கொண்டே போகலாம். ஆனால் இந்த அதிர்ஷ்டங்கள் எல்லாம் எத்தனை நாட்கள் நீடிக்கிறது? சுகத்தைக் கொடுக்கிறதா துக்கத்தைக் கொடுக்கிறதா? இப்படிப் பல கேள்விகள் எழ வாய்ப்புள்ளது.

ஒருவருக்குத் திருமண வாழ்க்கையில் மணப்பெண் மணமகன் இருவருக்கும் பத்துப் பொருத்தங்கள் உள்ளது. அமோகமாக இருப்பார்கள். இந்த மணமகன் கிடைத்தது மணமகள் செய்த அதிர்ஷ்டம்; இப்படி ஒரு மணமகள் கிடைத்தது மணமகனின் அதிர்ஷ்டம் என்று ஒருவருக்கு ஒருவர் நினைத்துத்தான் திருமண வாழ்க்கையில் அடியெடுத்து வைக்கிறார்கள். ஆனால் ஒன்றிரண்டு வருடங்களில் இருவருக்குமிடையே கருத்து வேறுபாடுகளால் சண்டை சச்சரவுகளில் தொடங்கி விவாகரத்து வரை செல்லும் நிலையைப் பரவலாக காணலாம். அன்று அந்த மணமகனுக்கு அந்த மணமகள் கிடைத்த அதிர்ஷ்டம் இன்று துரதிஷ்டமாகப் போய்விட்டது.

அதிர்ஷ்டம் என்ற சொல்லுக்கு முடிவோ அர்த்தமும் கிடையாது என்றுதான் சொல்ல வேண்டும். எமது வாழ்க்கையிலும் இரண்டு முறை அதிர்ஷ்டம் வந்தது. எப்படி முதலில் வந்த அதிர்ஷ்டத்தை ஒதுக்கியதால் இரண்டாவது அதிர்ஷ்டத்தைப் பார்க்க முடிந்தது. அப்போது இரண்டாவது அதிர்ஷ்டத்தை ஒதுக்கியதால் மூன்றாவது அதிர்ஷ்டத்தைப் பார்க்க உள்ளாரோ என்னவோ?

சரி, இப்போது விஷயத்திற்கு வருவோம். ஆரம்பத்தில் குடும்பக் கஷ்டம் ஒரு பக்கம், தீராத தாயின் வியாதி தீராமல் இருந்தது என்ற கவலை ஒரு பக்கம்; காசு பணம் இல்லாத நிலை என்ற கவலை ஒரு பக்கம். இப்படிக் கஷ்டங்களை மட்டுமே கடுமையாக சந்தித்த போதும் சரி, அளவில்லா ஆனந்தத்தையும் கோடிக்கணக்கான சொத்தும் பொன்னும் பொருளும் கொடுத்து ஆனந்தமாக வாழும் அதிர்ஷ்டம் வந்தபோதும் சரி, இரண்டையும் நாம் ஒன்றாகவே பார்த்தோம். அதிர்ஷ்டமோ துரதிர்ஷ்டமோ இரண்டையும் ஒன்றாகவே பார்த்தோம்.

இப்படி ஓடிக் கொண்டிருந்த வாழ்க்கையின் ஓட்டம் நின்று போகும் நிலைக்கு வந்து விடுமோ? கையில் இருந்த காசு பணம் (ஏமாந்து விட்டார்) கரைந்தது. இருந்த வேலையும் போய் விட்டது. இதற்கு மேல் சென்னையில் வாழ முடியாத சூழ்நிலையில் மனைவி குழந்தையை அழைத்து கொண்டு வெறும் 500 ரூபாய் பணத்துடன் ஒரு வழியாக மதுரை வந்து ஐம்பது ரூபாய் வாடகை வீட்டில் குடி புகுந்தேன். காரணம் அருகிலேயே ராணுவப் பள்ளி சென்ட்ரல் ஸ்கூல் இருந்ததால் என் மகள் படிப்புக்கு வேண்டியே இங்கு வந்தோம். எங்கள்

ஊர் கிராமத்தில் இப்படி ஒரு பள்ளி இல்லாததால்
பாதுகாப்பு, நல்ல படிப்புக்காக வந்தோம்.

 என் மகள் மனைவி பாதுகாப்பிற்காகத் தந்தையை
அழைத்து வந்து உடன் வைத்துக் கொண்டேன். மகளின்
படிப்பு செலவு மாதம் ஐந்து ரூபாய் மட்டுமே பீஸ். இந்த
சலுகை மட்டுமே ஆண்டவன் தந்த பரிசு. சுமார் இரண்டு
வருடங்கள் தம் டீ போட்டு சைக்கிளில் சென்று விற்று
ஓரளவு குடும்பத்தைக் காப்பாற்றி வந்தேன். இப்படியே
போனால் எப்பதான் முன்னேறுவது என்ற சிந்தனை
மீண்டும் தலை தூக்கியது? தம் டீ விற்று காலத்தை
ஓட்டலாம், குடும்பத்தைக் காப்பாற்றலாம் என்றால்
அதற்கும் பல தடைகள் தொந்தரவுகள். என்ன செய்வது?
இப்படியே போனால் வருங்காலத்திற்கு என்ன செய்வது?
ஏதாவது செய்தாக வேண்டுமே?
அந்தக் கோவில் மிகவும் சக்தி வாய்ந்தது; இந்த கோவில்
அதை விட சக்தி வாய்ந்தது என்றெல்லாம்
சொல்கிறார்களே. அந்தக் கோவில்கள் எப்படி ஏன் எதற்கு
உருவாயிற்று? ஏன் நம்மை மட்டும் ஆண்டவன் இப்படி
சோதிக்கிறார் என்ற விரக்தி நாளுக்கு நாள் வாழவே
பிடிக்காத நிலை உருவாயிற்று. என் தகப்பனாரை
குடும்பத்தைப் பார்த்து கொள்ளுங்கள் என்று சொல்லிவிட்டு,
என் பென்ஷன் பணத்தை அவ்வப்போது எடுத்து
செலவழித்துக் கொள்ளுமாறு கூறிவிட்டு விரக்தியுடன்
வீட்டை விட்டுக் கிளம்பி விட்டேன்.

 சுமார் 12 வருடங்கள் காடு மேடு மலை என்று அலைந்தேன்.
கடவுளைத் தேட முயன்றேன். வாழ்க்கையின் தத்துவம்,

கடவுளின் மகத்துவம், மானுட முயற்சியின் நிலை, தன்னம்பிக்கையின் தனித்துவம், விடாமுயற்சியின் வீண் பிதற்றல் எல்லாம் ஓரளவுக்குப் புரிய ஆரம்பித்தது. இவற்றால் உதயமானதுதான் கடைசியில் இப்படி ஒரு கோவில் உருவாகக் காரணம் ஆயிற்று.

இதற்காக நான் பட்ட கஷ்டங்கள் துயரங்கள் கொஞ்ச நஞ்சமல்ல. பாரத மண்ணில் என் பாதம் படாத இடமே இல்லை. சந்தித்த மகான்கள், ஞானிகள், சக்தி வாய்ந்த ஆலயங்கள், ஆசிரமங்கள், மடங்கள் இப்படி எத்தனை எத்தனையோ சொல்லில் அடங்காது. இவருக்கு மேல் இவரைக் கரம் பிடித்த மனைவிக்கும் தாங்க முடியாத துயரங்கள் இவரால் அனுபவிக்க வேண்டியிருந்தது.

பொதுவாகக் கோயில்கள் உருவாகப் பல காரணங்கள் உண்டு. அக்காலத்திலும் சரி, இக்காலத்திலும் சரி, கஷ்டப்படும் காலகட்டத்தில் கருணையே வடிவான ஏதோ ஒரு சக்தி அவர்களுக்குக் காட்சி கொடுத்து, அவர்கள் செய்த தவங்கள், பட்ட கஷ்டங்கள், கர்மாக்களின் விளைவால் துயரங்களில் இருந்து விடுவித்துக் கரை சேர்த்திருக்கிறது.

சிலருக்கு முக்தியும் கிடைத்துள்ளது. சிலரை சராசரி மானுட நிலையில் இருந்து பல உயர்ந்த நிலைகளைக் கொடுத்துள்ளது. அந்த நிலை கிட்டத்தட்ட கடவுளின் அவதாரங்கள் ஆகவும் இருக்கலாம்.

இப்படி கடவுளைக் கண்ட பல அரிய சக்திகளை பெற்ற மகான்களுக்கு என்னதான் அரும்பெரும் சக்திகளைப் பெற்று இருந்தாலும் அவர்களும் மனிதர்கள் தானே என்பதைத் தெளிவு படுத்தவே அவர்களுக்கும் பல கஷ்டங்களை வியாதிகளை கொடுத்து உணர வைத்துள்ளது. அரிய பல சக்திகள் பெற்ற ஆதி சங்கரர் கூட வயிற்று வலியால் துடித்ததும், ரமணமகரிஷி புற்று நோயால் அவதிப் பட்டதும் இதில் அடங்கும். இவர்கள் நினைத்திருந்தால் அந்த வியாதிகளிடம் இருந்து மீண்டிருக்க முடியும். ஆனால் தானும் மானுடம்தான் என்பதை உலகுக்குத் தெரியப்படுத்தவே நிகழ்ந்தவைகளாகும். இப்படித் தனித்துவம் பெற்றதால் பல பெரிய மன்னர்களின் தீராத வியாதிகளை நீக்கும் அற்புதங்களை நிகழ்த்தியதால் அவர்களுக்கு கோவில் கட்டி வழிபடத் துவங்கினார்கள். இது ஊருக்கு ஊர், நாட்டுக்கு நாடு வேறு படலாம்.

புத்தருக்கு ஞானம் கிடைத்தது அன்பு மார்க்கம். ஆகையால் அவர்கள் முறைப்படி அன்பு வடிவாகக் கோவில் கட்டி வழிபட்டார்கள். புத்தர், ஜைனர் போன்ற அவதார புருஷர்களுக்கு அன்பே கடவுள் என்பதால் மது மாமிசம் போன்ற பழக்கங்கள் இவரை வழிபடுவோருக்குக் கிடையாது. ஏசுவுக்கு அருள் கொடுத்த கடவுள் அந்த மகான்

வகுத்த பாதையில் கோவில் (தேவாலயம்) கட்டி வழிபட்டு வருகின்றனர். மது மாமிசம் சாப்பிட அவர்களுக்குத் தடையில்லை.

 கிருஷ்ணர், சிவன், பராசக்தி போன்ற தெய்வங்களும் கருப்பசாமி, மாடசாமி, பாண்டி, முனி இது போன்ற ஏராளமான தெய்வங்களாகப் பாவித்து வழிபடுகின்றனர். மேற்கூறிய அனைத்துமே ஒரு காலத்தில் இந்த பூமியில் பிறந்த மானுடர்களே. அவரவர்கள் கற்ற ஞானத்தின் மூலம் எந்த மார்க்கத்தில் ஞானம் பெற்றார்களோ அதையே வழிபடுபவர்களும் வழிவழியாய் பின்பற்றி வருகின்றனர். அனைத்துமே ஒரு காலத்தில் மானிடனாய் பிறந்தவர்களே. இப்படி ஒரு அரிய சக்தி யாருக்கு வேண்டுமானாலும் கிடைக்கலாம்.

 சதா கடவுளே கதி என்று தியானம், வழிபாடு, ஆராதனை, அபிஷேகங்களுடன் தினம் தவறாமல் நாள் கணக்கில், ஏன் வருடக் கணக்கில் கூடப் பலர் தவம் இருந்து, கடவுளின் அருள் பெற உடலை வருத்தி வேண்டினால்தான் அருளைப் பெற முடியும் என்றில்லை. அவர்களுடைய பிறப்பு, கர்மா, தனியாத தாகம், கடவுளைக் காண எந்த எல்லைக்கும் போகத் தயாராகும் மனோபாவம் இருந்தாலே கடவுளின் அருள் பெறலாம். அப்போது சாதாரண ஒரு மானுடம் மகாத்மாவாக ஆகிறது. திருடனும், கொள்ளை அடித்தவனும், எந்த ஒரு பக்தி தியானம் வழிபாடு முறைகள் எதுவுமே தெரியாதவன் கூடப் பல அரிய சக்திகளைப் பெற்ற மகான்களாக மாற்றப் பட்டுள்ளனர் என்பதற்கு வரலாற்றில் பல சான்றுகள் உள்ளன.

மேற்கூறிய சக்திகள் யாரும் தேடியோ கஷ்டப்பட்டோ கிடைத்தவை அல்ல. பிறப்பினாலும் கர்ம வினையினால் காலகட்டங்களின் நிர்ணயத்தாலும், முழு நம்பிக்கையினாலும் நிகழ்த்தப்பட்ட வகைகளாகும். நாம் முன்பே கூறியது போல எமக்குக் கிடைத்த இந்த வரம் ஒரு தேடலின் முடிவுரை என்றே கூறலாம். அக்காலத்தில் எல்லோரும் நடந்துதான் ஓர் இடத்திலிருந்து மற்றோர் இடத்திற்கு சென்றனர். ஆனால் யாரோ ஒரு சிலர் மட்டுமே ஆர்வத்தாலோ நடக்க முடியாமலோ சிந்தித்தனர். அதன் விளைவுதான் வண்டி சக்கரம். அதன் பிறகு மாட்டு வண்டி, சைக்கிள், ரயில், விமானம் போன்ற எத்தனையோ சாதனைகளைக் கண்டறிந்தனர். ஆனால் பயன் அடைவதோ அனைவரும்தான்.

எல்லாரும் தான் நடந்தனர். ஆனால் அந்த ஒரு சிலருக்கு மட்டும் ஏன் இப்படி ஒரு தேடல்? காரணம் ஆர்வம் சிந்தனை தேவை. நிர்ப்பந்தம், தணியாத தாகம், உந்துதல் இப்படி ஏதோ ஒன்று அவர்களைத் தூண்டியுள்ளது. இப்படித் தூண்டப் பட்டவர்கள் சரியாக சாப்பிடுவதில்லை; தூங்குவதில்லை. ஆனால் சிந்தனை மட்டும் எப்போதும் விழித்துக் கொண்டே இருக்கும். ஒரு மனிதன் ஒரே சிந்தனையில் இருக்கும்போது தான் இருக்கும் இடம் எது, எங்கே போகிறோம், என்ன செய்கிறோம் எதுவுமே தெரியாது. ஆனால் சிந்தனை மட்டும் இருந்து கொண்டே இருக்கும்.

இப்படி ஒரே சிந்தனை சில வருடங்களில் ஒன்று சேர்ந்து உருவம் பெறுகிறது. அப்போது பரிணாமம் அடைகிறது. சக்தி ஆகிறது. இதுதான் உண்மையான சக்தி என்பது அவரவர்களின் பூர்வ கர்மா செய்த வினைகள், காலகட்டத்தின் நிர்ணயம் இவற்றால் ஏற்படுகிறது. ஊர் ஊராகக் கோயில் கோயிலாக அலைந்து, நொந்து நூலாகிப் போனவர்கள் பலர் வாழ்க்கையின் கடைசிக் கட்டத்தில் நிற்பார்கள். அவர்கள் எத்தனை கோவில்கள் வழிபாடுகள் பரிகாரங்கள் செய்தும் துயரங்கள் நீங்கவில்லையே என்ற விரக்தியில் இருப்பார்கள். மானுட சக்தி, கிரக சக்தி, தெய்வ சக்திகளால் கூட கஷ்டங்களை விடுவிக்க முடியாத போது அவர்கள் சிந்திக்க முயல்கிறார்கள்.

நன்மை-தீமை, வெயில்-நிழல், மேடு-பள்ளம், இரவு-பகல், ஏற்றம்- இறக்கம், ஆண்-பெண் இப்படி அனைத்தையும் இரண்டு இரண்டாகப் படைத்த இறைவன் கஷ்டம் என்ற ஒன்றை மட்டும் ஏன் படைத்தான்? கஷ்டம் இருந்தால்

இஷ்டம் எங்கே? இதற்கு மட்டும் ஏன் ஒரு வழிப்பாதையைப் படைத்தான்? கஷ்டங்களைப் படைத்த இறைவன் அதிலிருந்து மீள்வதற்கும் ஏதாவது ஒரு வழியினை கண்டிப்பாய் உருவாக்கித் தானே இருப்பார்?

இதற்குரிய பதிலைக் கண்டறியவே ஒரே சிந்தனையில் மூழ்கினார். துன்பத்தை நீக்க முடியாது என்கிறபோது இன்பத்தைப் படைத்திருக்க முடியாதே! ஆனால் இன்பம் உள்ளதே! ஆக மானுட சக்தி, கிரக சக்தி, தெய்வ சக்திகளால் கஷ்டங்கள் தீர்க்கப்படாத போது நிச்சயமாக இவற்றிற்கெல்லாம் அப்பாற்பட்ட ஏதோ ஒரு மிகப்பெரிய சக்தி ஒன்று இந்த உலகில் உள்ளது. அந்த சக்தி எது என்று தெரிந்து விட்டால் கஷ்டத்திற்கு இஷ்டம் என்ற விடை கிடைத்துவிடும். அப்படியானால் அந்த சக்தி எது? இதுதான் எமது தேடல் என்பது பலநாள் பாடுபட்டு அதன் பிறகு ஒரு சைக்கிளை கண்டுபிடித்தது போல மட்டுமே.

கஷ்டப்பட்டு நடந்து சென்றவனுக்குத் திடீரென அவர் முன் சைக்கிள் தோன்றுவதாகக் கூறப்படும் சக்தி அல்ல. அவன் தேடல் என்பது பலநாள் பாடுபட்டு உருவான ஒன்று. இந்த இரண்டுக்கும் வேறுபாடு உண்டு. தேடலின் முடிவில் கண்டறியப்பட்ட சைக்கிளைக் கொஞ்சம் கஷ்டப்பட்டு மிதித்தால் தான் நகரும். அந்தக் கொஞ்ச கஷ்டமும் படக்கூடாது என்பதற்காக அதன் பிறகு ஒரு தேடல். அதன் முடிவு இறுதி வடிவம் ஸ்கூட்டர், கார், ரயில். அதன்பிறகு ஒரு தேடலில் உருவானது விமானம். ஆக தேடலுக்கு முடிவே கிடையாது.

இன்றுவரை மனிதன் ஏதோ ஒன்றைக் கண்டறிய தேடிக் கொண்டு தான் இருக்கிறான். ஆனால் எல்லாரும் தேடினாலும் இறுதியை எட்டிப் பிடித்தது ஒரு சிலரே. இதேபோல் எமது தேடலும். இரவு உள்ளது, பகல் எங்கே? இறக்கம் உள்ளது, ஏற்றம் எங்கே? தீமை உள்ளது, நன்மை எங்கே? கஷ்டம் உள்ளது, இஷ்டம் எங்கே? கடவுள் இருக்கிறார்; கஷ்டம் தீராதது ஏன்? இந்தத் தேடலின் முடிவு அனைத்திற்கும் அப்பாற்பட்ட சக்தி ஒன்று உள்ளது. அந்த சக்தியால் மட்டுமே தெய்வங்களை கூட இயங்க வைக்க முடியும். அந்த சக்தி எது என்று மட்டும் கண்டறிந்து விட்டால் எப்படிப்பட்ட பிரச்சனைகளுக்கும் தீர்வு கிடைத்துவிடும். இதுதான் இவருடைய தேடல்.

இந்தத் தேடலுக்காகப் பல கேள்விகள் அவருக்குள்ளே கேட்டுக் கொண்டார். இந்த உலகிலேயே மிகப்பெரிய சக்தி எது? இதற்குரிய விடையை காணவே இவ்வளவு காலம் போராட்டம் இதற்கு பலர் பல விதமான பதில்களைக் கூறலாம். ஆனால் சிந்தித்துப் பார்த்தால் சரியான பதிலை எவரும் சரியாகத் தந்ததில்லை. சரி, விஷயத்திற்கு வருவோம். இவர் கேட்கும் கேள்வி: உலகிலேயே மிகப் பெரிய சக்தி எது? இந்தக் கேள்வி இவருக்கு எடுத்த எடுப்பிலேயே வரவில்லை. தன்னுடைய முந்தைய வாழ்க்கையின் நிகழ்வுகள், பட்ட துயரங்கள், சங்கடங்கள், அனுபவங்கள் பல சந்தித்த பிறகே எழுப்பப்பட்டது.

இப்படி ஒரு கேள்வியைப் பலரிடம் கேட்கலாம். கேட்டும் இருக்கிறார். இதற்கு பலரிடம் இருந்து பல விதமான பதில்கள் வந்துள்ளன. ஒருவரின் குழந்தைக்கு உடல்நிலை

சரியில்லை; பல சக்தி வாய்ந்த கோவில்களுக்குச் சென்றும், மருந்து மாத்திரைகள் கொடுத்தும் பலவித பரிகாரங்கள் செய்தும் சரியாகாத நிலையில் நண்பர் ஒருவர் சொன்னார் என்று ஏதோ ஒரு கோவிலுக்குச் சென்று தற்செயலாக வேண்டியதும் உடம்பு சரியாகி விட்டது. இப்போது இவர் குழந்தை எந்த கோவிலுக்குச் சென்றதில் சரியானதோ அந்த தெய்வம் அவரை பொறுத்த வரையில் உலகிலேயே மிகப் பெரிய சக்தி அதுதான்.

ஒரு கிராமத்தில் மழை வேண்டி ஊர் ஊராகச் சென்று வேண்டியும் மழை வராத நிலையில் அவர்கள் ஊரில் காட்டுப் பகுதியில் உள்ள ஏதோ ஒரு தெய்வத்தை வழிபாடு செய்ததும் மழை கொட்டோ கொட்டு என்று கொட்டியது. இப்போது அந்தக் கிராமத்தைப் பொறுத்தவரை உலகிலேயே மிகப்பெரிய சக்தி அதுதான். தீராத வயிற்று வலியால் துடித்த மன்னனுக்கு வயிற்று வலியை யார் குணமாக்கினார்களோ அவர்கள்தான் உலகின் மிகப் பெரிய சக்தி. இப்படி யார் யாருக்கு யார் யாரால் பிரச்சினைகள் தீர்ந்ததோ அவர்களுக்கு அதுதான் மிகப் பெரிய சக்தியாகத் தெரியும்.

இதில் கவனிக்க வேண்டிய விஷயம் ஒன்று: மானுட சக்திகளால் முடியாத போது அதனை மிஞ்சிய தெய்வ சக்திகளை வேண்டியும் பரிகாரங்கள் பல செய்தும் துயரங்கள் பிரச்சினைகள் நீங்காத போது அவன் வேண்டிய எல்லா கோவில் விக்கிரகங்களும் வெறும் கற்சிலைகளே என்று நினைக்கத் தோன்றும். ஆக இப்படி ஒட்டு மொத்தமாக உலகின் மிகப் பெரிய சக்தி எது என்று

கேட்டால் எவராலும் சரியான பதிலைச் சொல்ல முடியாது. அறிவியலாளர்களிடம் கேட்டால் மானுட சக்திதான் உலகின் மிகப்பெரிய சக்தி என்பார்கள். ஜோதிட வல்லுனர்களிடம் கேட்டால் கிரகங்கள் தான் மிகப்பெரிய சக்தி என்பார்கள். ஞானிகளிடம் கேட்டால் கடவுள் தான் மிகப் பெரிய சக்தி என்பார்கள்.

இப்படி ஒவ்வொருவரும் அவர்களுக்குத் தெரிந்த அளவு பதில்களைச் சொல்வார்கள். இன்னொரு ரகம் உண்டு: நாத்திகர்கள். "கடவுளாவது கத்தரிக்காயாவது! அப்படி எதுவும் இல்லை. அது வெறும் கல். அதுக்கு நாம பூஜை போட்டால் தான் சாப்பாடு. அப்படி இருக்க அது எப்படி நம்முடைய பிரச்சனையைத் தீர்க்கும்?" என்பார்கள்.

ஆக இங்கே மானுட சக்தி, கிரக சக்தி, தெய்வ சக்தி ஆகிய சக்திகளை உலகின் மிகப் பெரிய சக்திகள் என்று அவரவர்களுக்குத் தெரிந்ததைக் கூறுவார்கள். அப்படியானால் பிரச்சினைகள் தீராமல் ஊர் ஊராக அலைந்து புலம்புகிறார்களே! உண்மையிலேயே இப்படிச் சொல்வது உண்மை தானா இல்லையா என்பதை அலசிப் பார்ப்போம். முதலில் மானுட சக்தியை எடுத்துக் கொள்வோம். மானுட சக்தி உலகின் மிகப்பெரிய சக்தியா? அறிவியல், கடின உழைப்பு, விடா முயற்சி, சமயோசித புத்தி, தன்னம்பிக்கை இப்படி மானுட முயற்சிகளை ஐந்து வகைகளாகப் பிரிக்கலாம்.

முதலில் அறிவியலைப் பற்றிப் பார்ப்போம். விஞ்ஞானிகள் தங்கள் மூளையைக் கசக்கி சிந்தித்துப் பல அரிய வகைக்

கண்டு பிடிப்புகளை நமக்குத் தந்துள்ளதால் தான் இன்று உலகம் முழுவதும் நம் உள்ளங்கையில் வைத்துள்ளோம். இது கண்டிப்பாய் ஏற்றுக் கொள்ள வேண்டிய விஷயம். ஆனால் எத்தனையோ விஞ்ஞானிகள் எத்தனையோ வகைக் கண்டு பிடிப்புகளைக் கண்டறிய முற்பட்டாலும் ஒரு சிலர் மட்டுமே அதில் வெற்றி கண்டுள்ளனர். அவரவர்கள் மூளைக்கு ஏற்ப ஒவ்வொருவரும் ஒவ்வொரு விதமான பொருட்களைக் கண்டு பிடிக்கின்றனர்.

இப்படி இவர்கள் கண்டு பிடிக்க ஏதோ ஒரு நிகழ்வுகள் பாதிப்புகள் உந்துதல்கள் ஏற்பட்டிருக்கலாம். அதன் விளைவாகவே அவர்கள் சிந்தனையில் உதித்ததைக் கண்டறிய முயன்றுள்ளனர். இவர்கள் கண்டறிய இவர்களுக்கு ஏதோ ஒரு வகையில் பக்க பலம் கிடைத்து இருக்கலாம். சிலருக்கு அடுத்தவர்கள் பொருள் உதவி கொடுத்து உதவி இருக்கலாம். சிலருக்கு உறு துணையாக மனைவியோ, மகளோ, மகனோ, அப்பா அல்லது நண்பரோ உதவியாக இருந்து ஊக்கப் படுத்தி இருக்கலாம். ஆக அவர் பயன் படுத்தியது அவருடைய மூளையை மட்டும்தான். மூளை தானே ரொம்ப முக்கியம் (ஆனால் எக்கச்சக்கமான மூளை இருப்பவர்கள் சமயத்தில் அந்த மூளையைப் பயன் படுத்த முடியாமல் போக வாய்ப்புள்ளது). ஆகையால் அவர் மட்டும் தான் இதைக் கண்டு பிடித்தார் என்று பெயருக்கு வேண்டுமானால் சொல்லலாமே தவிர உண்மையில் பலர் பல விதங்களில் பக்க பலமாய் இருந்ததால் மட்டுமே அவரால் அதைக் கண்டு பிடிக்க முடிந்தது.

பல பேர்கள் பல விதமான பொருட்களைக் கண்டறிய முற்பட்டாலும் சிலர் மட்டுமே வெற்றி பெறுகின்றனர். இந்த வெற்றி கண்ட கண்டு பிடிப்பாளர்களை விட அதிக ஆர்வம், அதிக மூளை, அதிக முயற்சி எடுத்து வெற்றி காண முடியாமல் எத்தனையோ விஞ்ஞானிகள் வெளிச்சத்திற்கு வராமல் போய் உள்ளனர். இதற்குக் காரணம் என்ன? சரியான நேரம், சந்தர்ப்ப சூழ்நிலை சாதகமாக அமையவில்லை என்பதே உண்மை. ஆக, ஒரு விஞ்ஞானி ஒரு பொருளைக் கண்டறிய உதவியது அவருடைய சந்தர்ப்ப சூழ்நிலைகள் தான் காரணம் என்பதை ஓரளவு ஏற்றுக் கொண்டு தான் ஆக வேண்டும்.

ஒரு விஞ்ஞானி ஒரு பொருளைக் கண்டு பிடிக்க ஆர்வமாக உள்ளார். அதற்குரிய மூளைத் திறன் அவரிடம் இருக்கிறது. பொருளைக் கண்டு பிடிப்பதற்குரிய உபகரணங்கள் இடவசதி அனைத்தும் உள்ளது. அப்படிப்பட்டவரை ஆகாத எவரோ அல்லது அரசனோ அவரைத் தனி அறையில் போட்டுப் பூட்டி விட்டால் அவரால் எப்படி புதிய பொருளைக் கண்டு பிடிக்க முடியும்? (எப்போதோ ஒரு புத்தகத்தில் படித்த ஞாபகம் உள்ளது. அதாவது அணுக்களை ஒரு குறிப்பிட்ட உஷ்ணத்தின் தாக்கம் கொடுத்து ஒரு புதிய உயிரை உற்பத்தி செய்து காண்பித்தாராம் ஒரு விஞ்ஞானி. ஆனால் பிற்காலத்தில் பல விளைவுகள் நேரிடலாம் என்று நினைத்து கடைசி வரை தனி அறையில் பூட்டி வைத்து அவரை வெற்றி அடையச் செய்யாமல் தடுத்ததாகப் படித்திருக்கிறேன்.)

இதே போல் எத்தனையோ திறமையான விஞ்ஞானிகள் புதிய புதிய பொருட்களைக் கண்டு பிடிக்க செயல் திறன்

இருந்தும் செயலாற்ற முடியாமல் சந்தர்ப்ப சூழ்நிலைகளால் வெளிச்சத்திற்கு வராமலேயே போய் விட்டனர். இது விஞ்ஞானத்திற்கு மட்டுமே சொல்லப் படவில்லை. அனைத்துத் துறைகளிலும் தான் உள்ளது. இப்போது பிரபலம் அடைந்தவர்களை விட மிக அதிக அளவில் திறமை உள்ளவர்கள் இல்லை என்றா நினைக்கிறீர்கள்? நிச்சயமாக இருக்கிறார்கள். ஆனால் அவர்களுக்கு சந்தர்ப்ப சூழ்நிலைகள் சாதகமாக இல்லை. ஒருவருடைய செயல் வெற்றி அடைய அதற்குரிய சந்தர்ப்ப சூழ்நிலைகள் சாதகமாக அமைய வேண்டும் என்பதை எல்லாரும் ஏற்றுக் கொண்டுதான் ஆக வேண்டும்.

# மானுட சக்தி உலகின் மிகப்பெரிய சக்தியா?

## கடின உழைப்பு

கடின உழைப்பு என்று எடுத்துக் கொண்டால் மண்வெட்டி எடுத்துக் கொண்டு மாங்கு மாங்கு என்று வயல் காட்டிலும் மேட்டிலும் வேலை செய்வதும் கடின உழைப்புதான். பட்டறையில் சுத்தியலை வைத்து அடி அடி என்று அடிப்பதும் கடின உழைப்புதான். இரவு பகலாக மூளையைக் கசக்கி அலுவலகத்தில் பெரிய அதிகாரியாக வேலை பார்க்கும் ஒருவர் அவருடைய அலுவலகத்தில் தனக்குக் கீழ் வேலை பார்க்கும் பணியாட்களை வேலை செய்யப் பாடுபடுவதும் ஒரு வகையில் கடின உழைப்புதான்.

ஆக கடின உழைப்பு என்பது உடலால் உழைப்பது, மூளையால் உழைப்பது இந்த இரண்டுமே கடின உழைப்புதான் என்றாலும் உடல் உழைப்பது உடலுக்கு மட்டுமே அசதி தரும். இதற்கு நல்ல ஓய்வு போதுமானது. உடலால் உழைத்தவர்கள் இரவில் படுத்தால் நன்கு தூக்கம் வரும். தூங்கி எழுந்தால் அசதி நீங்கி பழையபடி புதிய உற்சாகத்துடன் வேலையைச் செய்வார்கள். ஆனால் மூளையால் உழைத்தவர்கள் ஓய்வு எடுத்திருந்தாலும் அடித்துப் போட்ட மாதிரி தூங்கி இருக்க மாட்டார்கள். தூங்கும்போது கூட மறுநாள் அந்தப் பணியை எவ்வாறு செவ்வனே செய்வது என்று பலவாறாக யோசிப்பதால் நிம்மதி இல்லாத அரைகுறை தூக்கம்

இருக்கும். அவர்களால் மறுநாள் வேலையில் தொய்வு ஏற்பட வாய்ப்புள்ளது.

ஏனோ தானோ என்று பணிபுரிபவர்களுக்கு இது பொருந்தாது. ஆனால் எல்லாரும் கடின உழைப்பும் உழைக்கிறார்களா என்பதுதான் கேள்வி. வாழ்க்கையில் முன்னேற வேண்டும்; தனித்துவம் பெற வேண்டும் என்று உழைக்கும் அலுவலக அதிகாரிகள், சொந்த தொழில் செய்பவர்கள், சொந்தமாக விவசாயம் செய்பவர்கள் எவரானாலும் கடின உழைப்புதான் விரும்புவார்கள். ஆனால் ஒரு சிலர் மட்டுமே வெற்றி பெறுகிறார்கள். கேட்டால் "என்னுடைய கடின உழைப்பு, விடா முயற்சி" என்று மார்தட்டிக் கொள்வார்கள். இப்படி இறுமாப்பு உள்ளவர்களின் பலரின் வாழ்க்கை சில நேரம் காணாமலேயே போய் உள்ளது என்பதற்கு பல சான்றுகள் உள்ளன. ஜெயித்தவர்களுக்கு அன்று எல்லாமே சாதகமாக இருந்தது. ஆனால் இப்போது பாதகமாக இருந்ததால் தோல்வியைத் தழுவுகின்றனர்.

வெற்றி அடைந்தவர்களுக்குப் பின்னால் ஒரு கூட்டமே இருந்திருக்கலாம். அவர்களுடைய பணியாட்கள் சிறப்பாக அமைந்து இருக்கலாம். அவர்கள் வீட்டில் நிலவும் சூழ்நிலை, நல்ல மனைவி, மக்கள், சிறப்பான சொந்தபந்தம், நல்ல நண்பர்கள், தேர்ந்தெடுத்த தொழில், தொடங்கிய நேரம் அனைத்துமே சாதகமாக இருந்ததால் வெற்றி கண்டார்கள். இந்த நிலை எதுவுமே சாதகமாக இல்லாமல் காலகட்டத்தின் பிடியில் சிக்கும் போது சூழ்நிலைகள் பாதகமாக அமையும் போது தோல்வி அடைகின்றனர். ஆக என்னதான் கடின

உழைப்பு உழைத்தாலும் சந்தர்ப்ப சூழ்நிலைகள் சாதகமாக இருந்தால் மட்டுமே அவர்களுக்குக் கடின உழைப்பு கைகொடுக்கும்.

# விடாமுயற்சி

விடாமுயற்சி என்பது சாதாரணமாக நாம் சொல்லும் வார்த்தை. எது வரை முயற்சி செய்ய முடியும்? இதற்கு அளவுகோல் உண்டா? ஒரு விவசாயி தன் கிணற்றில் நீர் வற்றி விட்டால் கிணற்றுக்கு அருகே போர் போட முயற்சி மேற்கொண்டார். அவர் நிலத்தின் அக்கம் பக்கம் உள்ள எல்லா இடங்களிலும் 60 அடி 70 அடி; ரொம்ப அதிகமாகப் போனால் 100 அடி வரை மட்டுமே. அதனால் அனைவராலும் போர் போட முடிந்தது. எல்லாவற்றிலும் கிட்டத்தட்ட நாற்பது ஐம்பது அடியிலேயே நீர்வளம் நிறைந்துள்ளதால் ஒரே ஒருவர் மட்டும் 100 அடி வரை போர் போட்டுள்ளார். அதுவும் பிற்காலத்தில் வற்றி விடக் கூடாதே என்று. அந்த அளவுக்கு சுற்று வட்டாரங்களில் நீர்வளம் மிக்க பூமி. இதை மனதில் வைத்துக் கொண்டு நீரோட்டம் பார்த்ததில் ஓர் இடத்தைக் குறித்துக் கொடுத்து,

"ஐயா, இந்த இடத்தில் எழுபது எண்பது அடியிலேயே போதும் போதும் என்ற அளவுக்கு நீர் ஆதாரம் உள்ளது. நாற்பது ஐம்பது அடியிலே தண்ணீர் பீச்சி அடித்து அதற்கு மேல் போர் போட முடியாத அளவுக்குத் தண்ணீர் பீச்சி அடிக்கும்," என்று கூறியதால் விவசாயியும் 100 அடி வரை போர் போட ஏற்பாடு செய்தார்.

அப்போது தான் வறட்சி காலத்திலும் நீர் வற்றாமல் இருக்கும் என்று நினைத்தார். ஆகையால் கையில் இருந்த பணத்தை வைத்துக் கொண்டு 100 அடி வரை போர் போட சொன்னார். ஆனால் 100 அடியில் ஒரு பொட்டு தண்ணீர் கூட வரவில்லை. ஒரே புழுதி தான் வந்தது. கொஞ்சம் மனம் தளர்ந்தார். இருந்தாலும் விடா முயற்சியில் மேலும் 100 அடி போர் போடச் சொன்னார். பழைய நிலைதான். அப்படியே கொஞ்ச நேரம் இருக்கச் சொல்லி விட்டு அக்கம்பக்கம் கடன் வாங்கி மேலும் 100 அடி போர் போடச் சொன்னார். ஆனாலும் ஈரப்பசை கூட தென்படவில்லை. மனிதர் ஆடிப் போய்விட்டார். இருந்தாலும் ஒரு கை பார்த்து விடுவது என்று வீட்டை அடமானம் வைத்து மேலும் 100 அடி போர் போட சொன்னார். அப்போதும் பழைய நிலைதான். 400 அடி போட்டும் தண்ணீர் வராததைக் கண்டு மனம் நொந்து கவலையில் அப்படியே உட்கார்ந்து விட்டார். இனிமேல் பணத்திற்கு எங்கே போவது?

இருந்தாலும் முயற்சி செய்தார். நிலம் அடமானம் தருவதாகக் கூறி ஒருவரிடம் கடன் பெற்று மேலும் 100 அடி என்று 500 அடி வரை போர் போடச் சொன்னார். அப்போதும் ஒரு சொட்டு தண்ணீர் கூட வரவில்லை. என்ன சோதனையோ? மனம் தளர்ந்து சோர்வுற்று இனிமேல் முயற்சி செய்வது முட்டாள்தனம்; மேலும் இவ்வளவு போட்டும் தண்ணீர் வரவில்லை. இதற்கு மேல் எதிலிருந்து இதற்குமேல் தண்ணீர் வரப்போகிறது? மேலும் கை வசம் பணமும் இல்லை என்பதால் முயற்சியை வேறு வழியின்றி கைவிட வேண்டிய நிர்ப்பந்தத்திற்கு ஆளானார். போர் போடுபவர்கள் அடுத்த கட்டமாக என்ன சொல்லப்

போகிறாரோ என்று நினைத்து எல்லாரும் சமைத்து சாப்பிட ஆயத்தமானார்கள்.

இந்த சமயத்தில் வீட்டிற்கு அவருடன் படித்த நண்பர், பெரிய பதவியில் உள்ளவர், தற்செயலாக இவரைப் பார்க்க வீட்டிற்கு வந்திருந்தார். விசாரித்ததில் மனைவி முழு விவரம் கூறினார். சுற்று வட்டாரங்களில் ஐம்பது அறுபது அடியிலேயே நீர் வளம் இருக்கும்; ஆனால் நம்முடைய நிலத்தில் மட்டும் 500 அடிவரை போர் போட்டும் ஒரு பொட்டு தண்ணீர் கூட வரவில்லை. அதைக் கண்டு மனம் பேதலித்து தோட்டத்திலேயே ஒரு மரத்தடியில் சோர்வுடன் படுத்து கிடக்கிறார் என்று கேள்விப்பட்டதும், தோட்டத்திற்கு வந்து நண்பரின் நிலையைக் கண்டு மிகவும் வருத்தப்பட்டார். விவசாயி நண்பரைப் பார்த்ததும் ஓ என்று அழுது புலம்பி விட்டார்.

"நண்பா, கவலைப்படாதே. உன் முயற்சி வேண்டுமானால் வசதி இல்லாமல் தோற்று இருக்கலாம். அதற்காக கவலைப்படாதே. நான் இருக்கிறேன். எவ்வளவு பணம் வேண்டுமானாலும் நான் தருகிறேன். எவ்வளவு போர் போட முடியுமோ போடு," என்று கூறிவிட்டு அவர் பதிலுக்குக் காத்திருக்காமல் போர் போடுபவர்களைப் பார்த்து,

"எப்போது தண்ணீர் வருகிறதோ அது வரை போர் போடுங்கள்," என்று உத்தரவு போட்டார். அவர்கள் கூட மலைத்தார்கள்;

"தம்பி, நீ மேற்கொண்டு போர் போடுவது வேஸ்ட். ஐம்பது

அறுபது அடியிலேயே நீர்வளம் உள்ள பூமி. ஆனால் 500 அடி போட்டும் ஈரப்பசை கூட காண முடியவில்லை. ஆகையால் இனி போர் போடுவதில் பலனில்லை. பணம்தான் விரையமாகும். எங்களுக்கு எதுவும் இல்லை. எவ்வளவு அடி போட சொல்கிறீர்களோ அவ்வளவு போட்டு பணத்தை வாங்கி சென்று விடுவோம். நஷ்டம் உங்களுக்குத்தானே! அதுதான் வேண்டாம் என்று கூறுகிறோம்."

அதற்கு, "உங்களுக்குத் தேவை பணம். போட சொல்வது நான். பேசாமல் மேற்கொண்டு போடுங்கள்," என்று சொன்னார் விவசாயி. எவ்வளவோ சொல்லியும் எதையும் கேட்காமல் போர் தொடர்ந்து போடச் சொன்னார். அவர்களும் மீண்டும் பணியை ஆரம்பித்தார்கள். என்ன ஆச்சரியம்! ஒரே ஒரு அடி மட்டுமே இறங்கியிருக்கும்; தண்ணீர் 501 ஆவது அடியில் இருந்து பீறிட்டு அடித்து, போர்வெல் வண்டி முழுவதும் நனைந்து, அதற்கும் மேல் பளீர் என்று இறங்கி விட்டது. அதாவது 501 அடியில் பெரிய வற்றாத குளமே இருந்துள்ளது போலும். தண்ணீர் தானாக மேலே வந்து கொண்டிருந்தபடியால் அவசரமாக போர் வண்டிகாரர்கள் மூட்டை கட்டினார்கள். ஆச்சரியத்திலும் ஆச்சரியம்...500 அடி போர் போட்டு முயற்சியைக் கைவிட்ட நிலையில் இப்படிப்பட்ட அதிசயம் நிகழ்ந்துள்ளது.

ஆக இங்கே விடா முயற்சி செய்தாலும் சந்தர்ப்ப சூழ்நிலைகள் சாதகமாக அமைந்ததால் மட்டுமே விடா முயற்சி வெற்றி பெற்றது. பலபேருக்கு பல முயற்சிகள் செய்தும் சந்தர்ப்ப சூழ்நிலைகள் சாதகமாக அமையாமல் விடா முயற்சிகள் தோல்வியை சந்தித்து உள்ளன.

ஆகையால் விடா முயற்சி செய்யலாம். ஆனால் அது வெற்றி தோல்விகளை சந்திப்பது சந்தர்ப்பவசத்தால் மட்டுமே என்பது மறுக்க முடியாத உண்மை.

# தன்னம்பிக்கை

தன்னம்பிக்கை என்பது அவரவர்கள் மனதைப் பொறுத்தது. தன்னம்பிக்கை பல வகைப்பட்டது. படிக்காத முட்டாள், படித்தவர்கள், ஞானிகள், மகான்கள் இப்படி ஒவ்வொருவரும் வைக்கும் தன்னம்பிக்கை இடம், சூழலுக்குத் தகுந்தபடி, கால நேரத்திற்குத் தகுந்தபடி மாறும் தன்மை உடையது. உதாரணத்திற்கு: ஒரு சிறந்த பக்திமான் பல காலங்களாகக் கடவுளின் அருள் பெற வேண்டி, தினந்தோறும்  மிகுந்த பக்தியுடன் பூ, பழம், அபிஷேக ஆராதனையுடன் எந்த நேரமும் சதா கடவுளை வழிபாடு செய்து வந்தார். ஆனால் இதுவரை கடவுளின் அருள் கிடைக்க வில்லை.

அவரிடம் ஒரு நாள் ஒரு பாமரன் சென்றான். அவன் பக்தி என்றால் கிலோ என்ன விலை என்று கேட்பவன். கடவுள் என்றால் என்ன, பக்தி என்றால் என்ன என்று எதுவுமே  தெரியாது. ஒரு நாள் அவன் அந்த பக்திமானிடம் சென்று,

"சாமி, நானும் பல வருடங்களாக உங்களைப் பார்க்கிறேன். தினமும் சாப்பிடுகிறீர்களோ இல்லையோ, எப்பப் பார்த்தாலும் சதா பூ பழம் ஆராதனை செய்து சாமி கும்பிடுகிறீர்களே. ஏதேதோ மந்திரங்களை சொல்லிக் கொண்டு இருக்கிறீர்களே. ஏன் இப்படி எல்லாம்

செய்கிறீர்கள்," என்று அப்பாவித்தனமாகக்
கேட்டிருக்கிறான்.

"அப்பனே, இப்படிச் செய்தால் என்றாவது ஒருநாள் கடவுள்
காட்சி கொடுப்பார்; மோட்சம் கிடைக்கும்," என்றார்.
இதனால் என்ன பயன் என்று கேட்க, நல்லபடியாய் சாமி
நம்மைப் பாதுகாக்கும். முக்தியும் கொடுப்பார்," என்று பல
ஆன்மீகத் தத்துவங்களைச் சொல்லி இருக்கிறார். அந்தப்
பாமரனுக்கும் கடவுளைக் காண ஆசை வந்து விட்டது.
ஆகையால்,

"சாமி, நானும் கடவுளை பார்க்கணும். என்ன செய்தால்
கடவுள் காட்சி தருவார்?" என்று வெகுளித்தனமாகக் கேட்க
பக்திமானோ,

"அதோ அந்தக் குளம் இருக்கிறதல்லவா. அதில் போய்
நின்று கொண்டு பராசக்தி! பராசக்தி! என்று சொல்லிக்
கொண்டே குளத்தில் மூழ்கி விடு. கடவுள் காட்சி
கொடுப்பார்," என்று பரிகாசமாகக் கூறியதைக் கேட்ட
பாமரனும் அந்தத் திருநாமத்தை பற்றி எதுவும் தெரியாமல்
குளத்தில் போய் நின்று கொண்டு வேண்டினான்.

"நாம பல வருடங்கள் இத்தனை அபிஷேகம் ஆராதனை
செய்தும் வராத கடவுளை ஒரு நொடியில் பார்க்க
ஆசைப்படுகிறான்! சரியான முட்டாள்! குளத்தில் மூழ்கி
சாகத்தான் போகிறான்," என்ற ஆணவத்தில் பார்த்துக்
கொண்டே இருந்திருக்கிறார். பாமரனும் பராசக்தி
மந்திரத்தை பலமுறை உச்சரித்தும் கடவுள் வராததால்

சொல்லிக் கொண்டே மூழ்கிவிட்டான். மூச்சு முட்டியும் எழுந்திருக்கவில்லை. அப்போது பேரொலி எழுந்து கடவுள் அவனைக் காப்பாற்றி காட்சி கொடுத்தார் என்று பல கதைகளில் படித்து இருப்பீர்கள்.

இதே போல் ஒரு குருவிற்கு பல சீடர்கள் இருந்தனர். அதில் ஒரு சீடன் குருவின் மீது அபார நம்பிக்கை கொண்டவன். ஒரு நாள் குருவிடம் வந்து மிகவும் பவ்யமாக, "குருவே, எனக்கு வெகு நாட்களாக ஒரு ஆசை. அதை நிறைவேற்றுவீர்களா?" என்று கேட்டுள்ளார். குருவும் என்ன ஆசை என்று கேட்கிறார்.

"குருவே, நான் தினமும் தாங்கள் செய்யும் பூஜைக்குரிய மலர்களை இந்த நதிக்கு அப்பால் உள்ள கரைக்குச் சென்று பறித்து வர ஒரு கிலோ மீட்டர் தூரம் சுற்றி பாலம் வழியாக செல்ல வேண்டியது உள்ளது. அதனால் எனக்கு நீரில் நடக்கும் மந்திரங்களை உபதேசித்தால் இப்படி நேரடியாக நதியில் உள்ள நீரின் மீது நடந்து சென்று அக்கரையில் உள்ள பூக்களைப் பறித்துக் கொண்டு வர ஏதுவாக இருக்கும்," என்று சீடன் கேட்க, குருவோ திகைப்புடன்,

"நாமும் இவ்வளவு காலம் பிரயத்தனம் செய்தும் இதுவரை நீரில் நடக்க முடியவில்லை. இவனுக்கு உடனே நீரில் நடக்கும் மந்திரங்கள் வேண்டுமா?" என்று நினைத்துக் கொண்டு சீடனை அழைத்து,

"`குருவே துணை' என்று சொல்லிக்கொண்டே நீரின் மேல் நட. நீ அக்கரை வரை நீரின் மேல் நடக்கலாம்," என்று

ஏளனமாக சொல்லியிருக்கிறார். மறுநாள் நதியில் நீராடிக் கொண்டிருக்கும் போது சீடன் பூக்களைப் பறித்துக் கொண்டு நதியின் மேல் நடந்து வந்து கொண்டிருப்பதை பார்த்த குருவிற்கு ஒரே வியப்பாக இருந்தது. எப்படி இவனால் இது சாத்தியப்பட்டது என்று அறிய சீடனை அழைத்து,

"எப்படி உன்னால் நீரில் நடக்க முடிந்தது?" என்று கேட்டார். "இது என்ன கேள்வி குருவே? தாங்கள் உபதேசித்த 'குருவே துணை' என்ற மந்திரத்தை உச்சரித்துக் கொண்டே வந்தேன். என்னால் நீரில் நடக்க முடிந்தது," என்று பணிவுடன் சொன்னான்.

ஆக தன்னம்பிக்கை என்பது நம்மை நாமே மறந்து நிகழ்த்தும் நிகழ்வுகளே. ஆனால் இன்றைய நடைமுறை வாழ்க்கையில் இது சாத்தியமில்லை. 'கடின உழைப்பு, விடா முயற்சி, சமயோசித புத்தியுடன் செயல்பட்டால் வாழ்க்கையில் நிச்சயம் வெற்றி பெறலாம்'; இப்படிப் பேசுவது மேடைப் பேச்சுக்கு வேண்டுமானால் சரியாக இருக்கலாமே தவிர நடைமுறை வாழ்க்கைக்கு ஒத்து வராது. இதை அவரவர்கள் வாழ்க்கையில் நடக்கும் சில சம்பவங்களை வைத்துத் தெரிந்து கொள்ளலாம்.

ஒருவர் கஷ்டப்பட்டு பல ஆயிரம் கோடி மதிப்பிலான மிகப் பெரிய நிறுவனத்தை உருவாக்குகிறார். தனக்குப் பிறகு தான், தன் பெரு முயற்சியில் உருவான தன்னுடைய நிறுவனத்தை, தன் செல்ல மகனுக்கு அதைக் கட்டிக் காக்கும் பொறுப்பைக் கொடுக்க நினைக்கிறார். ஆனால்

அதை ஏற்று நடத்தும் தகுதி வாய்ந்த தன் ஒரே அன்பு மகன் ஒரு விபத்தில் திடீரென அடிபட்டு, கோமா நிலைக்கு தள்ளப்பட்டு, எதுவுமே செய்ய முடியாத நடை பிணமாக உருவாகும் போது அவருடைய சமயோசித புத்தி, தன்னம்பிக்கை எதுவுமே அவருக்குக் கைகொடுக்கவில்லை.

ஒருவருடைய மகளுக்கோ மகனுக்கோ திருமணமாகி பத்து வருடங்கள் ஆகியும் என்ன செய்தும் குழந்தை இல்லை; அல்லது சரியான வரன் அமைந்த பிறகும் சில காலம் கழித்து சதா சண்டை சச்சரவுகள்; இறுதியில் விவாகரத்து வரை செல்கிறது. இப்படிப்பட்ட சூழலில் விடாமுயற்சி, சமயோசித புத்தியால் மட்டும் எந்த ஒரு நல்ல மாற்றத்தையும் உருவாக்க முடிவதில்லை.  அவருடைய சமயோசித புத்தி, விடாமுயற்சி அனைத்தும் செயலற்றுப் போக வாய்ப்புள்ளது. ஆக மானுட சக்தி, கடின உழைப்பு, விடாமுயற்சி, தன்னம்பிக்கை, சமயோசித புத்தி எல்லாமே பல நேரங்களில் பயனற்றுப் போகிறது. மேற்கூறிய அனைத்தும் செய்ய முயலலாமே தவிர வெற்றி பெறுவது என்பது சாதகமாக அமைந்தால் மட்டுமே இயலும்.

# கிரக சக்தி உலகின் மிகப்பெரிய சக்தியா?

நவ கிரகங்களைப் பொருத்த வரை அடுத்த பத்தாவது கிரகமாக மாந்தியை கூறப்படுகிறது (மந்தன் என்பவன் சனி பகவான்; அவனுடைய குமாரன் மாந்தி, சனி கிரகத்திலிருந்து வெளிவந்தவன் என்பர். அவனுக்குக் குளிகன் என்று மற்றொரு பெயருண்டு. ஜாதகத்தில் மாந்தியையும் அதாவது குளிகனையும் பலன் சொல்லும் போது சேர்த்துச் சொல்ல வேண்டும் என ஜாதகா தேசம், ஜாதக பாரிஜாதம் முதலான ஜோதிட நூல்கள் சொல்கின்றன). ஆக பத்து கிரகங்களை வைத்து அலசி ஆராய்ந்து, நமக்குரிய பலாபலன்களை அல்லது உலக நடப்பு, நாட்டு நடப்பு, தனி மனித வாழ்க்கை நடப்பு ஆகிய அனைத்தையும் கூறுகிறார்கள். இது எந்த அளவுக்கு உண்மையாக இருக்குமோ இல்லையோ; காலங்காலமாக மக்கள் மனதில் நன்கு பதிந்து விட்ட ஒன்று என்றே சொல்லலாம்.

ஏதாவது ஒரு கஷ்டம் அல்லது பிரச்சனை அல்லது சுபநிகழ்ச்சிகள் குறித்து கேட்க விருப்பப்படும் போதெல்லாம் நம்முடைய பாமர மக்கள் மட்டுமல்ல; மேல் தட்டு மக்கள் வரை ஜாதகம் பார்த்து பலன்களைத் தெரிந்து கொள்வது காலம் காலமாக நடந்து வரும் நிகழ்ச்சி. இது மக்கள் ரத்தத்தில் வேரூன்றி விட்டது என்றே கூறலாம். இதில் ஒரு வேடிக்கை என்னவென்றால் ஜாதகம் எழுதப் படாமலேயே பெயர் ராசி வைத்து பலன் சொல்பவர்களும்

உண்டு. இதில் இன்னொரு வகை விஞ்ஞானிகளோ பல கோடி மைல்களுக்கு அப்பால் உள்ள கிரகங்கள் அங்கிருந்து பூமியை நோக்கி பார்வையை செலுத்தி அதுவும் உலகத்தின் ஏதோ ஒரு மூலையில் உள்ள ஏதோ ஒரு கிராமத்தில் உள்ள ஒரு தனி மனிதனிடம் கிரக கதிர்கள் எப்படி பலன் சொல்லும் என்று கணித்துச் சொல்வதுண்டு.

இப்படி எவரிடம் கேட்டாலும் இதையே தான் கூறுவார்கள். வானில் ஒன்பது கிரகங்களைத் தவிர இன்னும் எத்தனையோ கிரகங்கள் உள்ளன என்பதை விபரம் அறிந்தவர்கள் அறிவர். ஜாதகம் எழுதப்படாத பலர் வாழ்க்கையில் முன்னேறிக் கொண்டுதான் இருக்கிறார்கள் என்பது ஒருவருக்கு சாதகமாக சொல்லப்படும் பாட்டு. அவ்வளவு தான்; சரி, இந்த ஜாதகம் என்பது என்ன? இது ஒரு கணக்கு. அதாவது 4 + 3 = 7 என்ற விடை மாதிரி. இந்த கிரகங்கள் இந்த இந்த இடத்தில் சஞ்சரிக்கும் போது இத்தனை மாதங்கள் அல்லது இத்தனை வருடங்கள் இவருக்கு நல்ல காலம் அல்லது கெட்ட காலம் என்று கணக்கிட்டுக் கூறுவதுதான் ஜாதகக் கணக்கு.

ஆக மொத்தத்தில் ஜாதகம் ஒரு கணக்கு தான் என்பதை எவரும் மறுக்க முடியாத உண்மை. சரி, ஜாதகம் ஒரு

கணக்கு என்றால் ஊர் முழுவதும், நாடு முழுவதும், ஏன் உலகம் முழுவதும் ஒரே மாதிரி தானே சொல்ல வேண்டும்? ஆனால் ஜாதகம் பார்க்கும் ஜோதிடர்கள் மட்டும் அவர்கள் அவர்களுக்குத் தகுந்தபடி வெவ்வேறு பதில்களைக் கூறுவது ஏன்? ஒரு ஜோதிடர் ஒருவருடைய ஜாதகத்தைப் பார்த்து இந்த ஜாதகருக்கு இன்னும் ஆறு மாதங்கள் நேரம் சரியில்லை என்றும்; இன்னொரு ஜோதிடர் இன்னும் ஒன்பது மாதங்கள் நேரம் சரியில்லை என்றும்; மற்றொரு ஜோதிடர் இன்னும் ஒரு வருடம் நேரம் சரியில்லை என்றும் மாறுபட்ட பலன்களைக் கூறுவதை எப்படி ஏற்றுக் கொள்ள முடியும்?

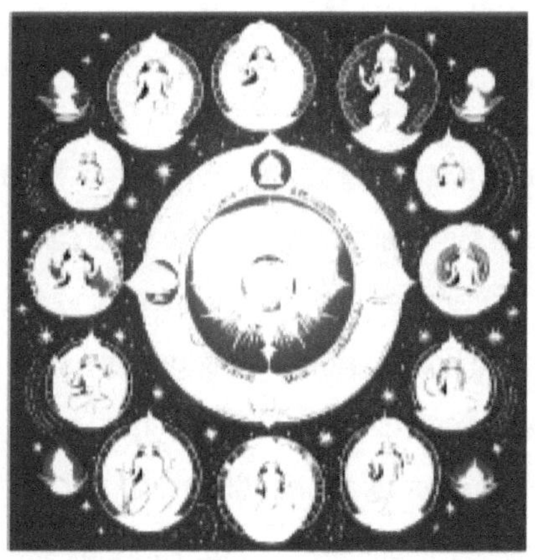

இது எப்படி இருக்கிறது என்றால் ஒரு ஜோதிடர் 4 + 3 = 9 என்றும் இன்னொரு ஜோதிடர் 11 என்றும் மற்றொரு ஜோதிடர் 15 என்றும் கூறுவதாகத் தெரிகிறது. ஆக ஒரே ஜாதகத்தை 100 ஜோதிடர்களிடம் காண்பித்த போது வெவ்வேறு பதில்களை கூறக் காரணம் என்ன? இதுதான் ஜாதகக் கணக்கா? இதைப் பற்றி பல ஜோதிடர்களிடம் கேட்டதற்கு ஜோதிடம் கற்றுக் கொண்ட விதம் அப்படி

என்பார்கள். குன்னக்குடி வைத்தியநாதனிடம் வயலின் கற்றால் சிறப்பாக வரும். தெருக்கோடியில் உள்ள குப்புசாமி இடம் வயலின் கற்றால் அவர் சொல்லிக் கொடுப்பது தானே வரும் என்கின்றனர். வாஸ்தவம்தான்; இல்லை என்று சொல்லவில்லை.

இன்னும் சில ஜோதிடர்களிடம் கேட்டால் எல்லாரும் தான் டாக்டருக்கும் இன்ஜினியருக்கும் படிக்கிறார்கள். எல்லாரும் ஒரே மாதிரியாகவா செயல்படுகிறார்கள்? படிப்பு என்னவோ ஒன்றுதான்; ஆனால் மாறுபட்ட திறன்களைக் காட்டுவதில்லையா? அதேபோல்தான் ஜாதகம் படிப்பதும் பலன்களைக் கூறுவதும். கற்றுக் கொண்ட விதம் அவர்களுக்கு தெரிந்ததைச் சொல்கிறார்கள். எதையும் ஏற்கத்தான் வேண்டும். ஆனால் MBBS என்பது ஒரு அடிப்படைப் படிப்பு. அதாவது 4 + 3 = 7 என்பது போல. அதற்கு அடுத்து உட்பிரிவுகள் நிறைய உள்ளன. ஒரு கண் மருத்துவர் போல இன்னொரு மருத்துவர் இருக்க மாட்டார். ஒரு அறுவை நிபுணரை போல் இன்னொரு நிபுணர் இருக்க மாட்டார். இது அவரவர்கள் கற்றுக் கொண்ட விதத்தைச் சார்ந்தது. ஆனால் அடிப்படை அவர் ஒரு டாக்டர் என்பது.

ஆக ஜோதிடர்கள் படித்த ஆசிரியரை பொறுத்தும், அவர்கள் சொல்லும் பலன்களைப் பொறுத்தும் அமைவதே ஜோதிட பலன்கள் சிறப்பாக அமையும். இன்னும் கொஞ்சம் ஆழமாகப் போனால் ஒருவருடைய ஜாதகத்தில் கிரக நிலைகளின்படி இப்போது அவனுக்கு நேரம் எப்படி உள்ளது என்று கூறுவது அடிப்படை ஜோதிடம் ஆகும். அதன் பிறகு கிரக நிலை மோசமாக உள்ளது; என்ன பரிகாரம் செய்தால்

தணியும் என்று ஆழ்ந்து பார்த்து பலன்கள் சொல்வது முழு ஜோதிடம் ஆகும். இப்படி முழு ஜோதிடக் கலையைக் கற்றவர்கள், ஜோதிட கலையில் கரை கண்டவர்கள் கூட நிச்சயமாக 50 விழுக்காடாவது உண்மையான பலன்களைக் கூற முடியுமா? அதாவது நான் சொன்னபடி கண்டிப்பாய் நடக்கும் என்று சாசனம் எழுதித் தரத் தயாரா என்று கேட்டால் முடியாது என்றே கூறுவார்கள்.

ஒன்று இரண்டு ஜாதகம் நூறு விழுக்காடு சரியாக இருக்கலாம். அது எதேச்சையாக நடந்தது. இதில் ஒரு வேடிக்கை என்னவென்றால் ஒரு ஜோதிடர் கூறுகிறார்: உங்களுக்குப் பிறந்த இந்த பெண் குழந்தையால் தான் இவ்வளவு கஷ்டம்; இந்த குழந்தை மட்டும் இப்போது பிறக்காமல் ஒரு வருடம் கழித்து பிறந்து இருந்தால் மிக மிக நல்லது. இப்போது பிறந்து உள்ளதால் தற்போது உள்ள கஷ்டங்களை போல் இன்னும் பல கஷ்டங்களை அனுபவிக்க வேண்டியது இருக்கும்.

ஒருவருடைய ஜாதகத்தை எடுத்துக் கொண்டு ஜோதிடர் இடத்தில் சென்று தன் மகளுக்கோ மகனுக்கோ வரன் சரியா என்று பார்க்க சொல்கிறார்கள். ஜோதிடரோ மணமகன் மணமகள் ஜாதகத்தை நன்கு அலசி ஆராய்ந்து "ஆஹா, அற்புதமான பொருத்தங்கள் உள்ளன. தாராளமாகத் திருமணம் செய்யலாம். இதே ஜாதகங்களை வேறு ஒரு ஜோதிடரிடம் காண்பிக்கும் போது சற்று வித்தியாசமாக "இந்த இரண்டும் ஒருகாலும் சேர முடியாது. மோசமாக உள்ளது. அதையும் மீறி செய்தால் ஒன்றை இழக்க நேரிடும்" என்பார். இவருக்கு சரியாக ஜாதகம் பார்க்க தெரியவில்லை

என்று தட்சனை கூட கொடுக்க மாட்டார்கள். ஏன் என்றால் சாதகமாகச் சொல்லவில்லையே என்று.

ஆக எல்லாப் பொருத்தங்களும் சரியாக உள்ளது என்று கணித்துக் கூறியதால் கடனோ உடனோ வாங்கி மிகவும் கஷ்டப்பட்டு, காசு பணம் சேர்த்து, தன் மகளின் திருமணத்தை நடத்தி விட்டார். ஆனால் நடந்து முடிந்த திருமணத்தில் சதா சண்டை சச்சரவுகள். கடைசியில் இரண்டு வருடங்களிலேயே விவாகரத்து வரை சென்று விட்டது. இது போன்ற பல நிகழ்வுகள் நடப்பதைக் காணலாம்.

இதைப்பற்றி பாதிக்கப்பட்ட பெற்றோர்கள் ஜோதிடரிடம் சென்று, "என்னய்யா, நல்ல பொருத்தமாக இருப்பார்கள் என்று சொன்னீர்களே?" என்று கேட்டால் ஜோதிடரும் "நான் என்ன செய்வேன்? என் மேல் எந்தத் தவறும் இல்லை. ஜாதக கட்டங்களில் உள்ளதைத்தான் நான் கூறினேன்," என்று பதில் சொல்லிவிட்டு "ஜாதகம் கணித்தவரிடம் போய்க் கேளுங்கள்" என்று சொல்லி தப்பித்துக் கொள்வார். இதைப் பற்றி எந்தப் பெற்றோராவது இதுவரை ஜோதிடர் மேல் புகார் கூறி தண்டனை வாங்கி தந்தது உண்டா? இல்லை என்றே சொல்லலாம். சொல்லப் போனால் இதுவும் ஒருவகை குற்றமே. அறுவை சிகிச்சையை சரியாக செய்யாத டாக்டர் செய்தது குற்றம் என்று சொல்லும் போது இதை மட்டும் ஏன் குற்றம் என்று சொல்லவில்லை? சரி, ஜாதகம் கணித்தவர்களின் தவறாக இருக்கும் பட்சத்தில் அவரிடம் கேட்டால், "நான் என்ன செய்வேன்? நீங்கள் கொடுத்த நேரத்தை வைத்துத் தானே ஜாதகம் கணித்து எழுதி

இருக்கிறேன். நீங்கள் கொடுத்த நேரம் சரியில்லாமல் இருந்திருக்கலாம்" என்று கூறி ஜாதகம் எழுதியவர் தப்பித்துக் கொள்வார்.

ஆக எல்லாரும் தப்பித்துக் கொள்வார்கள். ஆனால் பாதிக்கப்பட்ட எத்தனையோ பெற்றோர்கள் தங்கள் பிள்ளைகளின் வாழ்க்கை இப்படி ஆகிவிட்டதே என்று குடும்பத்தோடு பரிகாரம் தேடி கோயில் கோயிலாக அலைந்து விடை கிடைக்காமல் அல்லல் படுகிறார்கள். இதைப் பற்றி எந்த ஜோதிடராவது கவலைப் பட்டதுண்டா? சரி, அப்படியானால் பிறகு என்னதான் செய்வது? முதலில் ஜாதகத்தை சரியாக எழுத தெரிந்திருக்க வேண்டும். அப்படி சரியாக எழுதப்பட்ட ஜாதகத்தை நன்கு கற்றுத் தேர்ந்த ஜோதிட வல்லுனர்களிடம் காண்பிக்க வேண்டும். இல்லை என்றால் ஜாதகம், அருள்வாக்கு எதையும் பார்க்காமல் இரு மனங்கள் இணைய வேண்டும். இதிலும் குறைபாடு இருக்கலாம். ஆனால் இவர்கள் சொன்னதால் தான் இப்படி ஆயிற்று என்ற மன உறுத்தல் இருக்காது அல்லவா?

ஜாதகம் பார்க்காமல் செய்த திருமணங்களை விட ஜாதகம் பார்த்து பொருத்தம் பார்த்து செய்த திருமணங்கள் அதிக அளவில் பிரச்சனை இருக்க வாய்ப்புள்ளது. அப்படியானால் ஜாதகம் ஏன் பார்க்கிறார்கள்? திருமணம் மட்டுமல்ல; எந்த ஒரு சுப காரியங்களுக்கும் ஜாதகம் பார்த்த பிறகே செய்ய தொடங்குகின்றனர். இது காலம் காலமாக பழகிவிட்ட பழக்க தோஷம். அப்படியானால் இதற்கு வழி தான் என்ன? முதலில் ஜாதகத்தை சரியாக கணிக்க வேண்டும். ஆனால் எவராலும் சரியாக கணிக்க இயலாது. ஓரளவு மட்டுமே

கணிக்க முடியும். தவறுகள் நடக்க வாய்ப்புகள் அதிகமாக இல்லாவிட்டாலும் ஓரளவு இருக்கத்தான் செய்யும்.

எப்படி என்றால் உதாரணத்திற்கு: ஒரு குழந்தை பிறந்ததும் முதல் காரியமாக மணி என்ன என்று கேட்போம். இதை டாக்டர்கள் நர்சுகள் மணி பார்த்துச் சொல்லலாம். இல்லை என்றால் அருகில் உள்ளவர்கள் சொல்லலாம். ஆனால் டாக்டரோ 10: 20 என்கிறார். நர்சு 10: 25 என்கிறார். உறவினர்களோ 10: 15 என்கிறார்கள். இதில் எந்த நேரத்தை எடுத்து ஜாதகத்தைக் கணிக்க சொல்வது? அதுவும் போக அவர்களின் கடிகாரம் சரியான நேரத்தை காட்டியதா? அல்லது தவறாகக் காண்பித்துள்ளதா?

ஒருவேளை எல்லாருமே சரியாக ஒரே நேரத்தை சொல்லி இருந்தாலும் அவர்கள் கடிகாரத்தை பார்த்து நேரம் சொல்வதற்குள் பதினைந்து இருபது வினாடிகள் முன் பின் ஆகி இருக்க வாய்ப்பு உள்ளது.  ஒரு நொடிக்கு 60, 70 குழந்தைகள் இந்த உலகில் பிறக்கின்றன. இப்படி முன்பின் நேரம் குறிப்பிட்டு எழுதப்பட்ட ஜாதகக் கணக்கு எப்படி சரி வரும்? ஒரு வினாடி நேரத்திற்குள் பல மாற்றங்களைத் தரவல்ல இந்த நேரம் இப்படி இரண்டு நிமிடம், மூன்று நிமிடம் முன்பின் சொல்லி எழுதப்பட்டால் ஒரு வினாடிக்கு 60, 70 குழந்தைகள் பிறக்கும் இந்த உலகில் இரண்டு மூன்று நிமிடங்களில் 500 குழந்தைகள் பிறந்து விடுமே!

அப்படியானால் அப்படி எழுதப்பட்ட ஜாதக நேரத்திற்குள் 500 குழந்தைகள் பிறக்கும் போது அத்தனை பேர்களுடைய பலன்களும் ஒன்றாகத் தானே இருக்க வேண்டும்? இது

எப்படி சாத்தியமாகும்? எப்படி சரியான பலன்களைத்
தரும்? ஒரு சிலர் குழந்தை தொட்ட நேரத்தைக் குறிக்க
வேண்டும் என்பார்கள். இன்னும் சிலரோ பூமியைப் பார்த்த
நேரம் சரியானது என்பார்கள். இப்படி எதை
வேண்டுமானாலும் குறித்து எழுதப்பட்ட ஜாதகம்
நிச்சயமாக சரியான பலனை சொல்ல வாய்ப்பில்லை.
ஒவ்வொரு குழந்தைக்கும் ஒரு வினாடியில் அறுபதில் ஒரு
பங்கு நேரம் மாறி இருக்க வாய்ப்புள்ளது. லட்சத்தில்
ஒன்றோ இரண்டோ ஒரே நேரத்தில் பிறந்திருக்கலாம்.
ஆகையால் தான் ஜாதகக் கணக்கு தவறுகிறது. பலன்களும்
தவறாக இருக்க வாய்ப்புள்ளது. ஜோதிடர்கள் ஆயிரம்
காரணம் கூறலாம். கூறப்பட்ட நேரம் தோராயமாக
இருந்தாலும் ஜாதகம் ஓரளவு கணிக்க முடியும். ஆனால்
இப்படி தோராய நேரம் வைத்து கணிக்கப்படும் ஜாதகங்கள்
எந்த அளவு சரியான பலன்களைத் தரும் என்பது தெரியாது.

கொஞ்சம் ஆழமாக சிந்தித்தால் பல விளக்கங்கள்
தெளிவாகும். ஒரு வினாடியில் அறுபதில் ஒரு பங்கு நேரம்
மாறினாலும் கூட அந்த ஜாதகனின் தலையெழுத்தே
மாறிவிடும். உதாரணத்திற்கு: ஒரு காம்ப்ளெக்ஸில் 20
கடைகள் ஒரே அளவு, ஒரே மாதிரி, ஒரே திசையில்
கட்டப்பட்டு அனைவருக்கும் வாடகைக்கு விடப்படுகிறது.
அதில் பத்து கடைக்காரர்களும் ஒரு சிறந்த நாளை
தேர்ந்தெடுத்து 10: 30க்குள் பால் காய்ச்சி, பூஜை போட
ஜோதிடர்கள் நேரம் குறித்து கொடுத்துள்ளார்கள். அதன் படி
ஒரே நேரத்தில் அவரவர்களுக்கு விருப்பப்பட்ட
வியாபாரத்தை தேர்ந்தெடுத்து பூஜை போட்டு கடையைத்
துவக்குகிறார்கள். ஆனால் ஒன்று இரண்டு வருடங்களுக்குள்

ஐந்து ஆறு கடைகள் சரியாக ஓடவில்லை. மூடும் நிலைக்குப் போய் விட்டது. ஆனால் மூன்று நான்கு கடைகளோ அதிலும் ஒரு கடை ரொம்ப ரொம்ப அமோகமாக வியாபாரம் நடக்கிறது.

இது எதைக் காட்டுகிறது? அந்த பத்து பேரும் கடையைத் திறந்த நேரத்தில் மாற்றமா? பூஜை போட்ட நேரத்தில் மாற்றமா? அல்லது வியாபாரம் ஆரம்பித்த நேரத்திலா? எதன் அடிப்படையில் ஐந்து ஆறு கடைகள் மூடும் நிலை; நான்கு கடைகள் ஓரளவு பரவாயில்லை; அதிலும் ஒரு கடை அமோகம். இவற்றை எதனை அடிப்படையாக வைத்து கூறுவது? ஜாதகம் எழுதும் போது கிரீன்விச் பிரகாரம் மணி, நிமிடம், நொடி என்று துல்லியமாக பிரத்தியோக முயற்சி எடுத்துக் கொண்டு கணித்து, அதை வைத்து ஜாதகம் எழுத வேண்டும். அப்படி எழுதப்பட்ட ஜாதகத்திலும் தவறுகள் ஏற்பட வாய்ப்புள்ளது. எப்படி எனில் ஜாதகம் எழுதும் ஜோதிடர் ஜாதகம் எழுதுவதில் கரை கண்டவராக இருக்க வேண்டும். ஒருவேளை ஜாதகம் எழுதுவதில் வல்லவராக இருந்தாலும் அவர் எழுதும்போது உள்ள சூழ்நிலை, நல்ல அமைதி, நல்ல எண்ணம், சாந்தம் உள்ளவராக இருக்க வேண்டும்.

அனைத்தும் சரியாக உள்ள நிலையில் துல்லியமாக எழுதப்பட்ட ஜாதகத்திலும் கூட தவறு இருக்க வாய்ப்புள்ளது. காரணம் ஜாதகம் பார்த்துப் பலன் கூறுபவர்கள் நல்லவராகவும், வல்லவராகவும், அமைதியானவர் ஆகவும் இருத்தல் அவசியம். அப்படி இல்லாமல் வீட்டில் சண்டை சச்சரவுகளுடன் ஒரு போராட்டம் நடத்தி விட்டு வந்து அதே

மனநிலையில் ஜாதக பலன் சொல்லும் போது தவறான பலன்களைச் சொல்ல வாய்ப்பு உள்ளது.

ஜாதகக் கணிப்பு சரியா தவறா? இதற்கு ஒரு சிறிய உதாரணம் மூலம் சொல்லி விடுகிறோம். அதாவது ஒரு பூகம்பமோ சுனாமியோ வந்து பல உயிர்கள் மடிந்து இருக்கின்றன. இப்படி கொத்துக்கொத்தாக ஆயிரம் பத்தாயிரம் பேர்கள் ஒரே நாளில் ஒரு சில நொடி வித்தியாசத்தில் இறக்கின்றனர். அவர்களுடைய ஜாதகத்தை அலசி ஆராய்ந்தால் இந்த ஜாதகத்திற்கு உரியவர்கள் இந்த பூகம்பத்தில் இந்த சுனாமியில் இந்த தாக்குதலில் இறந்து விடுவார்கள் என்று ஜாதக கணிப்பின் பலன்கள் இருக்குமா? இறந்தவர்களுடைய லட்சக்கணக்கான ஜாதகங்களை அலசிப் பார்த்து இந்த ஜாதகக்காரர் இந்த சுனாமியில் இறந்து விடுவார் என்று பலன்களை சொல்லி இருக்க வேண்டுமல்லவா? அப்படியானால் இது சொல்லத் தெரிந்தவர்களுக்கு இந்தத் தேதியில் இந்த நேரத்தில் சுனாமி வரும் பூகம்பம் வரும் என்றும் முன்கூட்டியே சொல்லி இருக்க வேண்டுமல்லவா? அப்படி முன்கூட்டியே வரக்கூடிய ஆபத்துகளைச் சொல்லி இருந்தால் அதற்குரிய முன் எச்சரிக்கை எடுக்க முடியும் அல்லவா?

ஆனால் எந்த ஜோதிடரும் இதுவரை இவன் சுனாமியில் இந்த தேதியில் இந்த நேரத்தில் இறக்க வாய்ப்புள்ளது என்று சொன்னதில்லை. ஏன் காரணம்? இவர்களால் சொல்ல இயலாது என்பதே உண்மை காரணம். ஜாதகக் கணிப்பு தவறுகள் அப்படி உள்ளது. அப்படியானால் எப்படித்தான்

ஜாதகத்தைக் கணிப்பது? எப்படி சரியான பலன்களைச் சொல்ல முடியும் என்று கேட்கிறீர்களா? அதாவது எப்போது ஒரு பெண்ணின் வயிற்றில் ஒரு ஆண் அணுவும், ஒரு பெண் கருவும் இணையும் நேரத்தை துல்லியமாக கிரீன்விச் பிரகாரம் சரியாக கணித்து, அந்த நேரத்தை வைத்து ஜோதிட வல்லுனர்கள் கணித்து எழுதப்பட்ட ஜாதகம் மட்டுமே சரியாக இருக்க வாய்ப்பு உள்ளது. அதுவும் ஓரளவுக்கே. ஒரு ஆண் அணுவும், பெண் கருவும் இணையும் நேரத்தை அதுவும் நொடி கூட மாறாமல் கிரீன்விச் பிரகாரம் கணிப்பது என்பது அவ்வளவு ஒன்றும் எளிதல்ல. ஒருவேளை அறிவியல் முன்னேற்றத்தின் மூலம் இது சாத்தியப்பட்டாலும் அந்த நேரத்தை வைத்து கரை கண்ட ஜோதிட வல்லுனர்கள் கிடைப்பது அரிது. அப்படியே கிடைத்தாலும் சரியான மனநிலையில் ஜாதகம் கணிப்பது அவசியம். அப்படியே சரியான ஜோதிடர் நல்ல மனநிலையில் ஜோதிடம் பலன்கள் சொல்லும்போதும் பக்தி சிந்தனை நல்ல மன அமைதியுடன் இருந்து பலன் சொல்ல வேண்டும்.

மேலே கூறியவைகளை வைத்துப் பார்க்கும் போது இப்படியெல்லாம் நடக்க சாத்தியப்படும் என்ற நிலையில் பிறகு எப்படித்தான் ஜாதகம் கணிப்பது? ஜாதகம் கணிக்கலாம் ஓரளவே. ஆகையால்தான் பல கணக்குகள் தவறான பலன்களைக் கூறுகின்றன. இதில் ஜோதிடர்கள் மேல் எந்தத் தவறும் இல்லை. சரி, இப்போது அறிவியல் பூர்வமாக ஒரு ஆணின் அணுவும், பெண்ணின் கருவும் இணையும் நேரத்தை துல்லியமாகக் கணித்து விட்டார்கள் என்று வைத்துக் கொள்வோம். அதன்பிறகு சிறந்த

வல்லுனரைக் கொண்டு ஜாதகம் கணிக்கப்பட்டு நல்ல மனநிலையில் ஜாதக பலன்களை சொன்னாலும் அப்போதும் தவறுகள் நடக்க வாய்ப்பு உள்ளது.

இதற்கு அறிவியல் வல்லுனர்கள் என்ன கூறுகிறார்கள்? கண்டறிந்த கிரகங்கள் பத்து; ஆனால் கண்டறியாத கிரகங்கள் எத்தனையோ உள்ளன. அவைகளைக் கண்டறிந்து விட்டால் அப்போது எத்தனை கிரகங்களை வைத்து ஜாதகம் கணிப்பார்கள்? அப்படியே ஜாதகப் பலன்கள் சொன்னாலும் இது மனிதர்களுக்கு மட்டும்தான் பலன் சொல்ல முடியுமா? ஒரு நரி; ஒரு குரங்கு; சிங்கம்; புலி இவைகளின் பிறந்த நேரத்தைக் குறித்து ஜாதகம் கணித்து பலன்களைக் கூற இயலுமா? இதற்கு பதில் இதை படிப்பவர்கள் தான் சொல்ல வேண்டும்.

ஆக ஒருவருக்கு சாதகமாகச் சொல்லப் படுவது ஒருவருக்கு நம்பிக்கை ஊட்டுவது தவிர நிச்சயமாக ஜாதகத்தின் மூலம் ஒருவருடைய வாழ்க்கையைப் பற்றி 50 விழுக்காடு உண்மை நிலவரத்தைக் கூட எந்த ஜோதிடராவது ஆணித்தரமாகச் சொல்ல முடியுமா? தயவுசெய்து ஜோதிடர்கள் யாரும் தவறாக எடுத்துக்கொள்ள வேண்டாம். ஒருவருக்கு ஏழரை நாட்டுச் சனி நடக்கிறபோது சனீஸ்வரன் கோவிலுக்கு சென்று வழிபட்ட பிறகு அவருடைய கஷ்டங்கள் குறைந்ததா என்று கேட்டால் 40 விழுக்காடு கூட சரியாயிற்று என்று எந்த மக்களாவது கூறியது உண்டா? அதே மாதிரி கிரக பரிகாரங்கள் செய்த பிறகாவது கிரக பாதிப்புகள் குறைந்து உள்ளது என்று 50 விழுக்காடு மக்கள் கூறியது உண்டா?

சரி, இதை விடுங்கள். "ஜாதகத்தில் சுக்கிர திசை; அமோகமாக இருப்பீர்கள்," என்று சொன்ன பிறகு அவர்களைக் கேளுங்கள். கதை கதையாக அனுபவிக்கும் கஷ்டங்களைக் கூறுவார்கள். பிரச்சனை கஷ்டங்கள் என்று கூறுவது மோட்டார் சைக்கிளில் சென்று கொண்டிருக்கும் போது பெட்ரோல் தீர்ந்து நடு வழியில் வண்டி நின்றதையோ அல்லது பையில் இருந்த காசு 500 ரூபாய் கீழே விழுந்து விட்டது என்பதையோ பிரச்சனையாக கருதமுடியாது. மொத்தத்தில் கிரகங்களுக்கு மக்களுடைய பிரச்சினைகளை தீர்க்கும் சக்தி உண்டா அல்லது கிரகங்கள் மக்களுக்கு பிரச்சினைகளைக் கொடுக்கிறதா என்று கேட்டால் நிச்சயமாக பதில் சொல்ல தெரியாது. கிரகங்களுக்கு பிரச்சனைகளை உருவாக்கும் சக்தி உண்டு என்றோ கிரக பரிகாரங்கள் செய்வதால் பிரச்சனை சரியானது என்று சொல்வதற்கு எந்த ஆதாரமும் இல்லை. ஆக கிரக சக்தி மிகப்பெரிய சக்தியாக இருக்க வாய்ப்பில்லை. அடுத்தது தெய்வ சக்தி தான்.

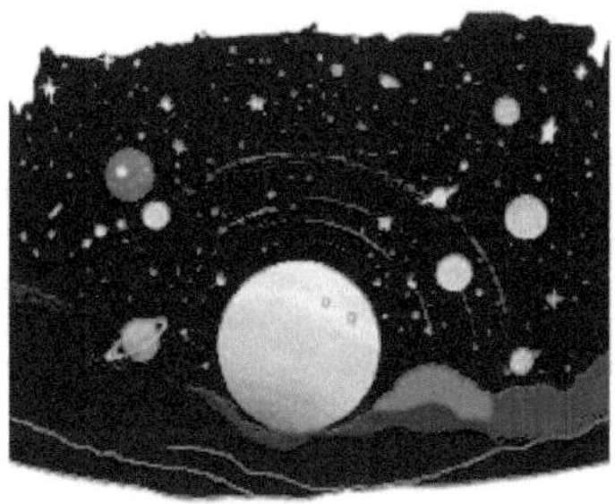

# தெய்வ சக்தி உலகின் மிகப்பெரிய சக்தியா?

மானுட சக்தி, கிரக சக்திகளால் மக்களுடைய பிரச்சினைகளைத் தீர்க்க முடியாத போது கடைசியில் கடவுளே கதி என்று ஊர் ஊராக கோயில் கோயிலாக அலைகிறார்கள். தெய்வ சக்திகளைப் பற்றி படிக்கும் முன் இங்கே சில கேள்விகளை முன் வைக்கிறோம். இந்த கேள்விகளை ஆழமாகப் படித்த பின் கேட்கப்பட்ட கேள்விகள் சரியா தவறா என்று நீங்களே முடிவெடுங்கள்:

1. நல்லது செய்தவன் கஷ்டப்படுகிறான். கெட்டது செய்தவன் சுகமாய் வாழ்கிறான். உண்டா இல்லையா?

2. உழைப்பவன் உருக்குலைந்து போகிறான். குறுக்கு வழியில் பணம் சேர்ப்பவன் கொடிகட்டிப் பறக்கிறான். உண்டா இல்லையா?

3. உண்மையாக உழைப்பவர் உருத்தெரியாமல் போகிறார். ஊரை ஏமாற்றுபவன் உருப்படியாக வாழ்கிறான். ஏன்?

4. உழைப்பு மட்டுமே ஒருவனை உயர்த்தும் என்கிறார்கள் பெரியோர்கள். ஆனால் உழைத்து உழைத்து எத்தனையோ பேர்கள் உருத்தெரியாமல் போகிறார்கள். உண்டா இல்லையா?

5. நல்லது நடந்து வந்தால் கெட்டது ஹெலிகாப்டரில்
வருகிறது. ஏன்?

6. ஏறாத மலை இல்லை; போகாத கோயில் இல்லை;
வேண்டாத தெய்வம் இல்லை; பார்க்காத ஜோசியம் இல்லை;
செய்யாத பரிகாரம் இல்லை; பண்ணாத பூஜை இல்லை;
ஆனாலும் கஷ்டங்கள் தீர வில்லையே! இப்படி
புலம்புவோர்கள் உண்டா இல்லையா?

7. ஆண்டி அரசன் ஆகிறான். அரசன் ஆண்டி ஆகி
விடுகிறான். மக்கு பிள்ளை தேர்ச்சி பெறுகிறான். அறிவாளி
தோல்வி அடைகிறான். திருடன் திருந்துகிறான். நல்லவன்
கெட்டவன் ஆகி விடுகிறான். குற்றம் செய்யாதவன்
தண்டிக்கப் படுகிறான். குற்றம் செய்தவன் தப்பித்து
விடுகிறான். திறமை இருப்பவன் உலகிற்குத்
தெரியாமலேயே போகிறான். திறமை அற்றவன் பெரும்
புகழ் அடைகிறான். உண்டா இல்லையா?

8. எல்லாப் பொருத்தங்களுடன் எல்லாருடைய
சம்மதத்துடன் அக்னி சாட்சியாக வைத்து, வேத
மந்திரங்களுடன் சக்தி வாய்ந்த தேவாலயங்களில் எனக்கு
நீ, உனக்கு நான் என்றும் இணைபிரியாமல் வாழ்வோம்
என்று சத்தியப் பிரமாணம் எடுத்துக் கொண்ட தம்பதிகள்
ஒன்றிரண்டு வருடங்களில் பிரிந்து விடுகின்றனர். உண்டா
இல்லையா?

9. நூறு பேர் பயணம் செய்கிறார்கள். அதில் ஒரு சிலர்
மட்டும் விபத்தில் இருந்து தப்பிக்கின்றனர். ஏன்?

10. நூறுபேர் கடவுளை வேண்டி கோவிலுக்குச் செல்கிறார்கள். அதில் ஒரு சிலர் வேண்டுதல் மட்டுமே பலிக்கிறது. உண்டா இல்லையா?

11. எத்தனையோ கோவில்கள் இருக்கும் போது குறிப்பிட சில கோவில்கள் மட்டும் ஏன் பிரகாசமாக உள்ளது?

12. கர்த்தர் ஒருவரே காப்பாற்ற வல்லவர் என்கிறார்கள் கிறிஸ்தவர்கள்; காமாட்சியம்மன் கருணை உள்ளவர் என்கிறார்கள் ஹிந்துக்கள்; அல்லா ஒருவரே அனைத்திற்கும் அதிபதி என்கிறார்கள் முஸ்லிம்கள். இதில் கிறிஸ்துவராகட்டும், இந்துவாகட்டும், இஸ்லாமியராகட்டும்; எம்மதத்தவராயினும் கஷ்டங்கள் தீர்க்கப்படாமல் அல்லல்படுகின்றனர். உண்டா இல்லையா?

13. கஷ்டம் நீங்க தானே கடவுளிடம் கைகூப்புகிறோம்? பூர்வ ஜென்ம பாவம் விலக தானே புண்ணிய ஸ்தலங்களுக்கு சென்று வருகிறோம்? விதியின் உக்கிரம் குறையத் தானே உச்சிமலை ஏறுகிறோம்? இவைகள் அனைத்தையும் அனுபவித்தே ஆக வேண்டும் என்றால் இவ்வளவு கஷ்டப்பட்டு, காசு பணம் செலவழித்து, காடு மேடு மலை சென்று விரதம் இருந்து, நாள் கணக்கில், மணிக்கணக்கில், கால் கடுக்கக் காத்திருந்து கடவுளை ஏன் வணங்க வேண்டும்? நடப்பது நடந்து தானே ஆகும் என்றால் பேசாமல் சும்மா இருக்கலாமே. காசு பணமாவது மிச்சமாகுமே!

14. இவைகள் அனைத்திற்கும் பெரியோர்கள் ஆயிரம

விளக்கங்களைக் கூறலாம். ஆனால் நடைமுறைக்கு சாத்தியப்படுமா?

15. உண்மையில் கடவுள் என்று ஒன்று உண்டா? உண்டு என்றால் நிச்சயம் கஷ்டப்படுபவரை கை தூக்கி விடுவாரே. ஒருவேளை கடவுள் இல்லை என்றால் இந்த உலகம் எப்படி உருவாயிற்று? இத்தனை கோடி ஏற்றத் தாழ்வுகள் எப்படி உண்டாயிற்று? அவர் இல்லை என்றால் ஏன் இத்தனை வழிபாடுகள், பூஜை புனஸ்காரங்கள்?

16. சாதாரண ஒரு மானுடத் தாயே தன் சேய் படும் கஷ்டங்களைத் தாங்க முடியாத போது, இந்த உலகத்தையே ஆளக்கூடிய உலகத் தாய் மட்டும் ஏன் தம் மக்கள் படும் கஷ்டங்களைத் துடைப்பதில்லை?

மேற் கூறிய கேள்விகளை சற்று ஆழமாகச் சிந்தித்தால் ஒவ்வொரு கேள்விக்கும் ஒரு ஆயிரம் கேள்விகள் பிறக்கும். ஆனால் அதற்குரிய பதில் என்ன? இது போல ஆயிரம் ஆயிரம் கேள்விகள் இவர் மனதிற்குள் அடிக்கடி எழுந்து மனதை வாட்டி எடுத்தது. இந்தக் கேள்விகள் தான் இவரை சரியாகத் தூங்க விடவில்லை; சாப்பிட விடவில்லை. சதா சிந்தனையில் பரதேசி போல நாடு முழுவதும் 12 ஆண்டுகளாக சுற்ற விட்டது. இதற்குரிய பதிலைத் தேடி அலைந்தார். இதற்குரிய விடை தான் இந்த நேரக்கோவில் ஸ்ரீ காலதேவி.

தெய்வ சக்தியைப் பற்றி இதுவரை எவரும் முழுமையாகச் சொல்லவில்லை. ஆனால் ஏதோ ஒரு சக்தி உண்டு என்று

அவர் அவர்களுக்கு பிடித்த மாதிரி வணங்கி வருகின்றனர்.
ஆனால் எல்லா ஜாதி மத இன மொழி தேசம் என்று
அனைவராலும் ஏக மனதாக ஏற்றுக் கொள்ளும் தெய்வசக்தி
ஒன்று உள்ளது. இதை பற்றி பின்வரும் பக்கங்களில்
பார்க்கலாம்.

அறிவியல் ஆய்வாளர்கள் நம்புவது எல்லாம் நம்மை மீறிய
ஏதோ ஒரு சக்தி இயங்குகிறது. அது எந்த மாதிரி சக்தி, எந்த
வடிவம், எந்த மாதிரி இயங்கும், அந்த சக்தியின் அளவு
கோல் எவ்வளவு, யாரை எப்போது எப்படி உயர்த்தும்,
தாழ்த்தும் என்று எதுவும் தெரியாது. பல சித்தர்கள்,
மகான்கள், ஞானிகள், நம் மதத்தில் மட்டுமல்ல; நம் நாட்டில்
மட்டுமல்ல; உலகெங்கும் உள்ள அனைவரும் அவர்
அவர்களுக்கு ஏற்பட்ட அனுபவங்கள், ஞானத்தால் கற்றுக்
கொண்டவைகள் மூலம் தெரிந்த வகையில் நிகழ்ந்த
நிகழ்ச்சிகள், அற்புதங்கள், அவர்களுடைய காலங்களில் பல
வகையான சம்பவங்களை வைத்து, கடவுளின் சக்தியை
பற்றி அவர்களுக்குத் தெரிந்த பாணியில் சம்பவங்களாகத்
தொகுத்து வழங்கி இருக்கிறார்கள். இது எந்த அளவுக்கு
உண்மை என்று எவராலும் தீர்க்கமாகக் கூற இயலாது.
தெய்வ சக்தியில் இது பெரிய சக்தி; இது சிறிய சக்தி
என்றெல்லாம் கிடையாது. இன்னொருவருக்கு இந்த
இடத்தில் இந்தப் பிரச்சினை தீர வேண்டியது உள்ளது என்று
நிர்ணயிக்கப் பட்டுள்ளது. அதன்படியே நடக்கிறது.

தெய்வ சக்தி என்பது நம்மை மீறிய சக்தி. அது காற்றைப்
போல கண்களுக்குப் புலப்படாத ஒன்று. ஆனால்
தெய்வசக்தியை ஞானக் கண்களால் மட்டுமே பார்க்க

இயலும். இது சாதாரண மானுடத்தால் முடியாது. ஞானிகள்,
யோகிகள், முனிவர்கள் பல வருடங்கள் தவமிருந்து பல
அரிய சக்திகளைப் பெற்றவர்கள் கூட முழுமையாக அறிந்து
கொள்ளவில்லை. அவரவர்கள் பிறவிப்பயன் மூலம் அறியப்
படுவதே தெய்வ சக்தியாகும்.

திருடனாக இருந்த வால்மீகி இராமாயணம் எழுதியதும்;
ஏதும் அறியாத அபிராமி பட்டருக்குப் பாதுகாப்பு
தந்ததும்  தெய்வ சக்திதான்.  அதுபோல் சமயத்தில்

மானுடர்களுக்குப் பல அற்புதங்களை நிகழ்த்திக்
காட்டியதும் அந்த தெய்வ சக்திதான். எல்லாராலும்
பழிக்கப்பட்டவரை உயர்த்தியதும், மிக உயர்ந்த நிலையில்
உள்ளவரை அடிமட்ட நிலைக்குத் தாழ்த்துவதும் அந்த
தெய்வ சக்திதான். இதைச் சற்று ஆழமாகச் சிந்தித்தால் பல
உண்மைகள் புரிய வரும். ஒரு மனிதன் எப்போது
கோவிலுக்குச் செல்கிறான்? ஒன்று, தாங்க முடியாத
பிரச்சனை இருக்கும் போது, அல்லது பிரச்சனை எதுவும்

இல்லை; இனிமேல் எப்பவும் வரக்கூடாது என்று வேண்டிச் செல்பவர்களும் உண்டு. நன்றாகவே இருக்கிறோம்; இது இப்படியே எப்போதும் நிலைத்திருக்க வேண்டும் என்றும் செல்வார்கள். ஆக மூன்று வகை உண்டு.

ஒரு கோவிலில் உண்மையிலேயே சக்தி இருக்கிறது என்றால் கஷ்டங்களுடன் சென்ற நூறு பேர்களுடைய கஷ்டங்களும் சரியாக வேண்டும். ஆனால் பத்து இருபது பேர்களுக்கு மட்டுமே சரியாயிற்று. இது கூட அந்தக் கோவிலில் குடி கொண்டிருக்கும் தெய்வ சக்தியால் சரியாயிற்றா, அல்லது எதேச்சையாக சரியாயிற்றா என்று தெரியாது. தெய்வம் என்றால் சரண் அடைந்த எல்லாருக்கும் கஷ்டங்களை நீக்கி இருக்க வேண்டாமா? தெய்வங்கள் பாரபட்சம் பார்க்காதே! அப்புறம் எப்படி இருபது முப்பது பேர்களுக்கு மட்டும் சரியாக உள்ளது? மீதி நபர்களை ஏன் சரி ஆக்கவில்லை என்று யோசிக்க வேண்டியது உள்ளது.

சாதாரண ஒரு மானுடப் பிறவியான நேர்மையான அரசனிடம் நூறு பேர்கள் பிரச்சனைகளை சொல்லிக் கேட்கும் போது நிச்சயமாக எல்லாருடைய பிரச்சனைகளையும் கண்டிப்பாய் நிவர்த்தி செய்வார். தன் சக்திக்கு மீறிய ஒரு சில பிரச்சனைகளைத் தவிர மற்ற அனைவரின் கஷ்டங்களும் நிவர்த்தி செய்யப்படும். சாதாரண ஒரு மானுட பிறவிக்கே இப்படி ஒரு சக்தி இருக்கும் போது சர்வசக்தி என்று போற்றப்படும் அந்தக் கோவிலுக்குச் செல்லும் எல்லா பக்தர்களின் கஷ்டங்களை நீக்க வேண்டும் அல்லவா? ஆனால் ஏன் அப்படி நடக்கவில்லை? இதற்கு ஞானிகளால் மட்டுமே பதில்

சொல்ல முடியும். அதுவும் ஒவ்வொரு ஞானியும் ஒவ்வொரு விதமான பதில்களை அவரவர்களுக்குத் தெரிந்த வரையில் கூறுவார்கள். ஆனால் இது எந்த அளவுக்குச் சரியாக இருக்கும் என்பது தெரியாது.

எல்லாரையும் மீறிய சக்தி ஒன்று உண்டு என்று எல்லாரும் ஏன் அறிவியல் ஆய்வாளர்கள் கூட நம்புகின்றனர். அப்படி ஒரு சில ஆராய்ச்சிகள் செய்த பின் ஒரு இருட்டு அறையில் குழந்தை ஒன்றைப் பிறக்கச் செய்து, அந்தக் குழந்தையை மட்டும் ஆய்வாளர்கள் எதுவுமே சொல்லித் தராமல் நேரத்திற்கு நேரம் சாப்பாடு, தண்ணீர் கொடுத்து 20 வருடங்கள் வரை அதே இருட்டு அறையில் வளர்த்து வந்தனர். ஒரு நாள் காலையில் சூரியன் உதிக்கும் நேரத்தில் அந்தக் பையனை முதல் முறையாக வெளியில் அழைத்து வந்துள்ளனர். அந்தப் பையன் இரு கரங்களைக் கூப்பி சூரியனை வணங்குகிறான். இது எவரும் சொல்லிக் கொடுக்காமல் எப்படி அவனால் முடிந்தது? அப்படி சூரியனைப் பார்த்ததும் அவன் வணங்கியதில் இருந்து தன்னை மீறிய ஏதோ ஒரு சக்தி இருக்கிறது என்று நம்பினான்.

இதுபோன்ற பல ஆராய்ச்சிகள் செய்து நம்மை மீறிய சக்தி ஒன்று இந்த பூமியில் உள்ளது என்கின்றனர். சில கோவில்கள் இயற்கையிலேயே சக்தி வாய்ந்ததாக இருக்கும். எப்படி ஒரு குறிப்பிட்ட இடத்தில் மட்டும் வைரம், பிளாட்டினம், தங்கம், நிலக்கரி கிடைக்கிறதோ அந்த மாதிரி ஒரு சில குறிப்பிட்ட இடங்களில் இயற்கையிலேயே சில அபூர்வ சக்திகள் புதைந்து கிடக்கும். அந்த இடத்தில்

அமையப் பெற்றுள்ள கோவில் இயற்கையோடு இணைந்து உள்ளதால் மிகுந்த சக்தியுடன் திகழ்கிறது.

மேற்கண்ட கேள்விகள் மூலம் தெய்வ சக்திகள் பல இருந்தாலும் சிலருக்கு சமயத்தில் அருள் தர மறுக்கப் படுகிறது என்பது தெளிவாகிறது. ஆக மானுட சக்தி, கிரக சக்தி, தெய்வ சக்திகள் கூட சமயத்தில் பிரச்சினைகள் தீர்க்கவில்லை என்கிறபோது மனிதன் சிந்திக்கிறான். இப்படி சிந்தித்த கோடான கோடி மானுடர்களில் ஒருவர்தான் நேரக்கோவிலை உருவாக்கிய குருஜி அவர்கள். இவர் கண்டறிந்ததுதான் `நேரமே உலக மகா சக்தி'. இதுதான் சர்வசக்தி! இந்த நேரத்தை மிஞ்சிய சக்தி உலகில் வேறு எதுவுமே இல்லை. இந்த நேரத்திற்குக் கட்டுப் படாதவர்களும் நேரம் என்ற சொல்லை பயன்படுத்தாதவர்களும் உலகில் எவரும் இல்லை எனலாம். ஆக நாம அடுத்ததாக இதைப் பற்றித்தான் எப்படி எங்கு ஏன் கண்டறிய முற்பட்டார் என்பதைத் தெரிந்து கொள்வோம். இதற்கு முந்திய பக்கங்களில் கேட்கப்பட்ட கேள்விகள் தான் இவரைத் தூண்டச் செய்தன.

# நேரமே உலக மகா சக்தி

இந்தத் தாரக மந்திரத்தை எப்படி எவ்வாறு எங்கு
கண்டறிந்தார்; இந்த நேரத்திற்கு அதிபதி யார்; இந்த
நேரத்தை ஆட்டிப் படைக்கும் சக்தி எது; அந்த சக்தியால்
என்னென்ன செய்ய முடியும்; எப்படி இயங்குகிறது என்பதை
பற்றித் தொடர்ந்து படியுங்கள்.

கஷ்டப்படுபவன் கடைசிவரை கஷ்டப்பட்டுக் கொண்டே
தான் இருக்க வேண்டுமா? தில்லுமுல்லு செய்பவன்
எப்போதும் சுகமாக இருக்க வேண்டுமா? இது என்ன
நியாயம்? இது தான் கடவுளின் தீர்ப்பா? இதற்கு வேறு
வழியே இல்லையா? இதை நினைத்து நினைத்துக்
கடைசியில் மனம் வெறுத்து, கடவுளாவது
கத்தரிக்காயாவது; அப்படி எதுவும் இல்லை; அது வெறும்
கல்! என்ற விரக்தியில் கிட்டத்தட்ட பாதி மனநிலை
பாதிக்கப்பட்ட நிலையில், ஒருநாள் விரக்தியுடன் வீட்டை
விட்டு வெளியேறி, கால் போன போக்கில் தேடினார்,
தேடினார்; கஷ்டங்கள் தீர என்னதான் வழி என்று தேடினார்.

முன்பு கூறியது போல எல்லாவற்றையும் இரண்டு
இரண்டாகப் படைத்த இறைவன் கஷ்டம் என்பதை மட்டும்
ஒன்று என்று ஏன் படைத்தான்? அப்படி நடக்க
வாய்ப்பில்லையே. நிச்சயமாகக் கெட்டது என்றால் நல்லதும்
வந்து தானே ஆக வேண்டும்? அப்போது அந்த நல்லது எங்கே
என்று தேடினார். எல்லாம் இழந்த பின் மிச்சம் இருந்த

கொஞ்ச நஞ்ச பணமும் ஊர் ஊராகக் கோயில்
கோயிலாக அலைந்ததில் கரைந்தது. இருக்கிற கிரக
பரிகாரங்களுக்கு எல்லாம் பரிகாரம் செய்தும் பார்த்தாகி
விட்டது. யார் யார் என்னென்ன சொன்னார்களோ
அனைத்தும் செய்தும் கூட காசு முழுவதும் கரைந்தது தான்
மிச்சம். கடைசியில் மூன்று நாட்களுக்கு ஒருமுறை
சாப்பிடும் நிலைக்கு வந்தாகி விட்டது. மேலும் அலைந்தார்:
காடுமேடு ஒன்று விடாமல் அலைந்தார். பிச்சை
எடுத்தார். சில நேரம் பரதேசி ஆவார். சில நேரம் சந்நியாசி
ஆனார்.

வயிற்றுப் பசியை இப்படி எதாவது செய்து போக்கிக்
கொண்டாரே தவிர உள்ளத்தில் உள்ள கேள்விக்கு இன்னும்
விடை கிடைத்த பாடில்லை. பாரத பூமியில் அவர் பாதம்
படாத இடமே இல்லை என்ற அளவுக்குப் பட்டி தொட்டி என்று
கூட பாராமல் அலைந்தார். எதற்காக இதெல்லாம்?
அவருடைய கஷ்டம் நீங்க வேண்டும்
என்பதற்காகவா? இல்லை, இனிமேல் உலகில் தம்மைப்
போல் எவரும் கஷ்டப் படக் கூடாது என்பதற்காகவும் தான்.
மனைவி மக்களைப் பிரிந்து 12 வருடங்களில் பல

இன்னல்கள், பல தடங்கல்கள், தூங்காமல் பசி, பட்டினி
அழுக்கு படிந்த நிலை; கிடைத்த இடத்தில் சாப்பிடுவது;
கிடைத்த இடத்தில் தூங்குவது; இப்படியே மனம் போன
போக்கில் கால் போன போக்கில் அலைந்தார்.

இருந்தாலும் முயற்சியைக் கைவிடவில்லை. பல
ஆசிரமங்களை நாடினார். பல ஞானிகள், மடாதிபதிகள்,
தவ யோகிகள் பலரையும் சந்தித்து விளக்கம் கேட்டார்.
இமயமலை வாசமும் இருந்து பார்த்தார். ஆனால்
எங்கிருந்தும் திருப்திகரமான பதில்கள் கிடைக்கவில்லை.
பன்னிரண்டு வருட கால கட்டங்களில் இவர் பட்ட
துன்பங்கள், துயரங்கள், அடைந்த அனுபவங்கள், சந்தித்த
பெரியோர்கள் ஏராளம், ஏராளம். எந்தக் கோவில்களுக்கு
எல்லாம் கூட்டம் போகிறதோ, எந்த மடாதிபதி,
ஞானிகளைச் சந்திக்கக் கூட்டம் போகிறதோ அங்கெல்லாம்
சென்று ஆராய்ந்தார். இங்கு மட்டும் இவ்வளவு கூட்டம் வரக்
காரணம் என்ன? அப்படி என்ன சக்தி அவர்களிடம் உள்ளது
என்று அறிய முயன்றார்.
இப்படி எங்கெல்லாமோ அலைந்து இதுவரை சரியான பதில்
கிடைக்கவில்லை. கடைசியில் ராஜஸ்தான் மவுண்ட் அபு
என்ற இடத்தில் இரவில் ரோட்டோரத்தில் படுத்திருந்தார்.
தூக்கம் வராமல் எழுந்து இரவு 11 மணி வரை இங்கும்
அங்குமாக சிந்தனை செய்து கொண்டே நடந்து
கொண்டிருந்தார். கடும் குளிர்; மார்கழி மாதம் இரவு 11
மணி இருக்கும். இடுப்பில் ஒரு துண்டு மட்டும் கட்டி இருந்த
ஒரு பெரியவர் அவர் அருகில் வந்தார். தள்ளாத வயது;
கண்களில் ஓர் அபார ஒளி. இந்த வயதில், இந்தக் குளிரில்,
இடுப்பில் ஒரு துண்டு மட்டும் கட்டிக் கொண்டு எப்படி

இவரால் நடமாட முடிகிறது என்று
ஆச்சரியப்பட்டார். இவ்விதமாகப் பலவாறு சிந்தித்துக்
கொண்டிருக்கும் போது அந்தப் பெரியவர் அவர் அருகில்
வந்தார்.

"தம்பி, நீ பலவிதமான கேள்விகளுக்கு விடை கிடைக்காமல்
ஊர் ஊராக, தெருத்தெருவாக, நாடு முழுவதும் பல
வருடங்களாக அலைந்து நொந்து போய் இருக்கிறாய். இனி
நீ கவலை படாதே! எங்கும் இனிமேல் அலைய
வேண்டியதில்லை. உனது அனைத்து கேள்விகளுக்கும்
என்னிடம் விடை உள்ளது. அதுவும் ஒரே வார்த்தையில்,"
என்றார்.

 அவர் அப்படிச் சொன்னதும் எனக்குத் தூக்கி வாரிப்
போட்டது. அந்தக் குளிரிலும் வேர்த்துக் கொட்டியது.
இரண்டு நிமிடம் பேச வார்த்தைகள் வரவில்லை. அப்படி ஒரு
அதிர்ச்சி, ஆச்சரியம். "யார் இவர்? எங்கிருந்து வந்தார்? நாம்
நினைப்பது அவருக்கு எப்படித் தெரியும்?" என்ற மலைப்பில்
இருந்த போது,

 "தம்பி, ஏன் மலைத்துப் போய் நிற்கிறாய்? நீ உன் மனதில்
ஆயிரம் ஆயிரம் கேள்விகளைச் சுமந்து கொண்டு அதற்கு
விடை தெரியாமல் தானே இத்தனை ஆண்டு காலம் காடு,
மேடு, மலை, பட்டிதொட்டி, ஆசிரமங்கள், மடங்கள் என்று
ஊர் ஊராக, தெருத்தெருவாய் அலைகிறாய்? உன்
அத்தனை கேள்விகளுக்கும் என்னிடம் விடை கிடைத்தால்
உனக்கு சந்தோஷம் தானே?" என்று மீண்டும் சொன்ன
போது எனக்குள் மீண்டும் ஒரு ஆச்சரியம். எப்படி என்னுள்

இருக்கும் விஷயத்தை இவரால் அறிய முடிந்தது என்ற ஆவலில் அவர் கூறப் போவதைக் கேட்க ஆர்வமானேன். "நீ கேட்கும் அத்தனை கேள்விகளுக்கும், நீ இதுநாள்வரை தேடிய தேடலுக்கும், விடை கிடைக்கக் கூடிய நேரம் வந்துவிட்டது. இதோ உன் கேள்விகளுக்கு உரிய பதில்: நீ எத்தனை கேள்விகள் கேட்டாயோ, இனிமேல் எத்தனை கேள்விகள் கேட்கப் போகிறாயோ, அத்தனை கேள்விகளுக்கும் பதில் இதோ: `நேரமே உலக மகா சக்தி'" என்ற தாரக மந்திரத்தை உபதேசித்து சில விளக்கங்களையும் கூறினார்.

"நேரம் என்பது கிரகங்களால் வரக்கூடிய நேரம் அல்ல. அது கண்ணுக்குத் தெரியாத காற்று போல ஒரு அபூர்வமான அதிவேக சக்தி. இந்த சக்தியை மிஞ்சக் கூடிய சக்தி உலகில் வேறு எதுவுமே இல்லை. இந்த நேரத்திற்குக் கட்டுப்பட்டு இந்த ஈரேழு புவனங்கள் இயங்குகிறது. இதற்கு ஜாதி, மத, இன, மொழி, தேசம் என்ற பாகுபாடு கிடையாது. இது எங்களோட சாமி; இது உங்களோட சாமி என்று வெவ்வேறு ஜாதி, மத, இன, மக்கள் தாங்கள் கும்பிடும் தெய்வங்களைப் பிரித்து, வெவ்வேறாகக் கும்பிட்டாலும் இந்த நேரம் மட்டும் எல்லாருக்கும் பொது. உலகில் எவரும் இந்த நேரம் என்ற சொல்லைக் கூறாமல் இருப்பதே இல்லை."

"ஆகையால் உலகில் உள்ள அத்தனை கோடி மக்களும் ஏகமனதாக இந்த நேரத்தின் சக்தியை ஏற்காமல் இருக்க இயலாது. அந்த அளவுக்குச் சக்தி வாய்ந்தது. இதில் நல்ல நேரம் நல்லதை செய் கிறது; கெட்டவைகளைக் கூட நல்லவைகளாக மாற்றிவிடுகிறது. கெட்ட நேரம் கெட்டது

செய்கிறது. இந்தக் கெட்ட நேரம்தான் பிரச்சனைகளை உருவாக்குகிறது. நல்லதைக் கூட கெட்டதாக மாற்றிவிடுகிறது. ஆக இந்த உலகிலேயே இரண்டே இரண்டு சக்திகள் மட்டுமே: நல்ல நேரம், கெட்ட நேரம். மற்ற எல்லா ஜாதி மத இன மொழி தேசத்தில் வணங்கக் கூடிய அத்தனை ஆயிரம் தெய்வ சக்திகளும் இந்த நேரம் என்ற மாபெரும் சக்திக்குள் அடக்கமாகிறது. பல மாற்றங்களை தரவல்ல ஆற்றல் பெற்றது,"

"நீ கேள்விப் பட்டதில்லையா? இரவில் தூங்கும் போது பிச்சைக்காரனாக எல்லாராலும் துரத்தப் படுபவன் காலையில் விழித்து எழுந்தால் மிகப் பெரிய கோடிஸ்வரன் ஆகிறான் (லாட்டரி மூலமாகவோ, யாரோ ஒருவர் சொத்து சாசனம் எழுதி வைத்ததோ). நீ கேள்விப் பட்டதில்லையா பக்தா? `உனக்கு அருள் தருவதற்கு உரிய நேரம் இன்னும் வரவில்லை' என்று கடவுள் கூறுவதாக உள்ள புராணக் கதைகளை? நேற்று மக்களால் போற்றப் பட்டவர் இன்று அதே மக்களால் தூற்றப் படுகிறார். இப்படி உலகில் நடக்கும் எல்லா நல்லது கெட்டது நிகழ்வுகள் அனைத்திற்கும் காரணம் இந்த நேரமே. இந்த நேரம்தான் இந்த உலகையே ஆளுகிறது. மற்ற அனைத்தும் இந்த நேரத்தின் படிதான் செயல்படுகின்றன.

"இவ்வளவு சக்தியுள்ள இந்த நேரத்தை ஆட்டிப் படைத்து தன் அதிகாரத்திற்குள் வைத்திருக்கும் அதிபதி ஒருவள் இருக்கிறாள்; அவள் யார் என்று அவளைத் தேடி வழிபட்டால் கெட்டதை நல்லதாக மாற்றி விடுவாள். நேரம் நல்லதாக ஆகிவிட்டால் அதன் பிறகு பிரச்சினைகள் ஏது? கஷ்டங்கள்

தான் ஏது? எல்லாமே சுகம்தானே! அவளைக் கண்டறிந்து,
அவளுக்குக் கோவில் கட்டி வழிபட்டால் எப்படிப்பட்ட
பிரச்சனைகளும் தானாகவே சரியாகி விடும்,"

"ஆனால் அவளைக் கண்டறிந்து, கோவில் கட்டி,
அவளுடைய சக்தியை நிலை நிறுத்துவது ஒன்றும் அவ்வளவு
எளிதல்ல. அந்த சக்தியை மட்டும் கண்டறிந்து நிலை
நிறுத்தி விட்டால் இந்த உலகில் கஷ்டப்படுவோர் எவரும்
இருக்க மாட்டார்கள். ஆகையால் அந்த சக்தி எது, எப்படிக்
கோவில் அமைப்பது, எப்படி வழிபாடு முறைகளைக்
கண்டறிவது என்று யோசி. மீண்டும் தேடு. உன் மனதில்
அவ்வப்போது விடை தோன்றும்; அதன்படி அதற்குரிய
நேரம் வந்துவிட்டது என்று செயலாற்று," என்று பல
வகையில் உபதேசித்தார்.

ஒரு கணம் தான்; திரும்பி அவரைப் பார்ப்பதற்குள் அங்கு
இல்லை. நேருக்கு நேராக மானுட ரூபத்தில் பேசிக்
கொண்டிருந்தவர் எப்படி மாயமாகி மறைந்தார்? ஒரு
கணம், ஒரே ஒரு கணம் தான்; தலையைத் தாழ்த்தி
நிமிர்வதற்குள் ஆளைக் காணவில்லை. அந்தப் பகுதி
முழுவதும் தேடினேன். மௌண்ட் அபு என்பது முழுவதும்
மலைப் பகுதி. ஏதாவது காட்டு வாசியாக இருப்பாரோ?
இந்த நேரம் இருட்டில் எங்கே போயிருப்பார்? கண்முன்னே
நின்று கொண்டிருந்தவர் திடீரென்று மறைவதற்கு அருகில்
செடிகொடிகள் அப்படி ஒன்றும் அடர்த்தி இல்லையே.
அவ்வளவு சீக்கிரம் போக வாய்ப்பில்லையே!

"அடடா, இன்னும் என்ன என்னமோ கேட்க நினைத்தோமே. அதற்குள் வந்தார்; ஏதோ சொன்னார். திரும்பிப் பார்ப்பதற்குள் ஆளைக் காணவில்லை. ஆனால் அவர் கூறிய `நேரமே உலக மகா சக்தி'; அதற்கு ஒரு அதிபதி இருக்கிறாள். இவளை வழிபட்டால் கஷ்டம் என்பதற்கு மருந்து; இஷ்டம் கெட்டது என்பதற்கும் மருந்து நல்லது கிடைத்து விடும். ஆனால் பெயர் என்னவாக இருக்கும்? அவள் என்று சொன்னதால் பெண் என்பது தெரிகிறது. பெயர் எப்படித் தெரிந்து கொள்வது? ஒரு வேளை கால நேரத்திற்கு அதிபதி என்றாரே! காலதேவி என்ற பெயராக இருக்குமோ? நமது கற்பனையில் உதித்த காலதேவி என்று வைத்துக் கொள்வோம். இவளுடைய சக்தியை கோவில் கட்டி சரியான வழிபாடு முறைகளைக் கண்டறிந்து நிலை நிறுத்துவது அவ்வளவு ஒன்றும் எளிதல்லவே என்றும் இருந்தாலும்,

"அவ்வளவு கஷ்டமாகவா இருக்கும்? நம்மால் இது முடியாதா? அதற்குரிய நேரம் வந்துவிட்டது. உன் நினைவுகளில் அவ்வப்போது ஒவ்வொன்றாக தோன்றும் என்று கூடச் சொன்னாரே." பெரிய குழப்பமாக இருந்தது. அவர் பெயர் கூடத் தெரியாது. மறுநாள் காலையில் அக்கம் பக்கம் அவர் இருந்த இருப்பு பற்றிக் கூறி, இப்படி ஒரு ஆள் எங்கே இருக்கிறார் என்று பலவாறு பலரிடம் கேட்க எவரிடமிருந்தும் பதில் இல்லை.

"எங்களுக்குத் தெரிந்த வழி வழியாக இங்கு தான் இருக்கிறோம். அப்படி ஒருவர் கீழேயும் இல்லை; மலை மேலேயும் இல்லை. ஆகையால் தாங்கள் கூறிய நபர்

நிச்சயமாக இந்தப் பகுதியில் எங்குமே இருக்க வாய்ப்பில்லை. பத்து கம்பளம் போர்த்திக் கொண்ட உங்களுக்கும் எங்களுக்கும் கூட இந்த குளிரில் நிற்க முடியாத போது இடுப்பில் ஒரே ஒரு துண்டு மட்டும் கட்டிக் கொண்டு எவரும் இந்த குளிரில் இருக்க முடியாது. ஏன் தம்பி அவரை தேடுகிறீர்கள்? ஏதாவது உங்க பணம் பொருள் எடுத்துக் கொண்டாரா? அல்லது ஏதாவது கடன் கொடுத்து இருந்தீர்களா?" என்று வினவினர்.

அய்யாசாமி, "அப்படி எதுவும் இல்லை. அதுவும் போக நானே ஒரு பரதேசி. உங்களிடம் வாங்கி சாப்பிடுபவன். அப்படியிருக்க திருட என்ன இருக்கிறது?" என்று மழுப்ப அப்போதுதான் லேசாக சிந்திக்கத் தோன்றியது. இவ்வளவு நாட்கள் தன்னலம் கருதாது ஏதோ ஒரு விஷயத்திற்காக, பல வருடங்களாக கஷ்டங்கள் தீர வழி ஏதாவது ஒரு ரூபத்தில் கடவுள் படைத்திருப்பார்; அந்த வழி எது என்று தெரிந்து விட்டால் கஷ்டங்கள் தீருமே. வழி தெரியாமல் திண்டாடும் மக்களுக்கும் வழி கிடைத்து விடும் அல்லவா என்ற பொது நலனுக்காகவும், சதா ஒரே சிந்தனையில் ஒன்றை அறிய பல வருடங்கள் முற்பட்டதால் அதற்குரிய நேரம் வந்துவிட்டது போலும். ஆகையால் ஏதோ ஒரு அமானுஷ்ய சக்தி மானுட வடிவில் அவர் மூலம் `இதுவரை பட்ட கஷ்டங்கள் போதும்; இனிமேல் இவரை அலைய விடக்கூடாது' என்று நினைத்து சாட்சாத் அந்த தேவ குருவே நேரில் மானிட வடிவில் வந்து பதில் அளித்ததாக உணர்ந்தார்.

இப்போது பல வருடங்களாக எதற்காக அலைந்தோமோ அதற்கு விடை கிடைத்து விட்டது என்று நினைத்து ஆனந்தப்

படுவதா; அல்லது அவளுக்குக் கோவில் கட்டி சரியான வழி முறைகளைக் கண்டறிந்து அவள் சக்தியை நிலை நிறுத்தினால் எப்படிப்பட்ட பிரச்சனைகளுக்கும் தீர்வு கிடைக்குமே; ஆனால் அது அவ்வளவு ஒன்றும் எளிதான காரியமல்ல என்று கூறியதைக் கேட்டு வருத்தப் படுவதா என்ற குழப்பத்தில் முதலில் ஊர் சுற்றியது போதும் என்று ஒரு வழியாக ஊர் வந்து சேர்ந்தார். ஆனால் எப்போதும் பிரமை பிடித்தது போலவே இருந்தார். என்ன செய்வது எப்படி செயலாற்றுவது என்று சதா சிந்தனை ஓடிக் கொண்டே இருந்தது. குடும்பத்தில் ஈடுபாடில்லை.

முன்பு என்ன செய்தால் கஷ்டங்கள் நீங்கும்? அதற்குரிய வழியை கண்டறிய முற்பட்டதற்கு இப்போது விடை கிடைத்து விட்டது. இப்போது என்ன எப்படி செய்தால் அந்த சக்தி நிலை கொள்ளும் என்ற கேள்வி பழையபடி தொற்றிக் கொண்டது. ஏதாவது வழி கிடைக்கும் என்ற சிந்தனையில் நம்மிடம் ஏன் கூறினார். ஒருவேளை நாம தானே தேடினோம்; ஆகையால் நம்மிடம் கூறியுள்ளார். இதே விடையை ஒரு தனவானிடமோ, ஓர் அரசனிடமோ, ஒரு ஜமீன்தாரிடமோ, அல்லது ஏதாவது ஒரு மத குருவிடமோ அழைத்து இப்படி ஒரு கோவில் கட்டு என்று கூறி இருந்தால், எந்த வடிவத்தில் எப்படி வழிபாடு முறைகளைக் கடைப்பிடித்தால், இப்படி ஒரு சக்தியை நிலை நிறுத்த முடியும் என்ற முறைகளையும் கூறியிருப்பார்கள். பொன்னும் பொருளும் கொடுத்து உதவியும் இருப்பார்கள். ஆனால் நாமோ ஒரு பரதேசி; கிழக்கும் தெரியாது, மேற்கும் தெரியாது. யாராவது தனவான்களிடம் விபரத்தைச் சொல்லி பொருள் உதவி கேட்கலாம் என்றால் யார் நம்புவார்கள்?

எனவே வேறு வழியின்றி ஊரில் உள்ள பூர்வீக நிலத்தை விற்றாவது காசு பணம் தயார் செய்து சொந்த இடம் வாங்கிக் கோவில் கட்ட நினைத்தோம். மறுநாள் விடியற்காலை ஐந்து மணிக்கு மனதில் ஒரு காட்சி. அதை அப்படியே மனதில் நிறுத்திக் கொண்டு அந்தக் குறிப்பிட்ட இடம் எங்கே உள்ளது; அருகில் ஏதோ கோபால்சாமி குடியிருக்கும் மலை ஒன்றும் காட்சியில் வந்ததே என்று ஒரு வழியாகத் தேடி மதுரையிலிருந்து ராஜபாளையம் போகின்ற சாலையில் உள்ள எம். சுப்புலாபுரம்; அதிலிருந்து இரண்டு கல் தொலைவில் கோபி நாயக்கன்பட்டி பஸ் ஸ்டாப் அருகே ஒரு இடம். அதை விசாரித்து விலைக்கு வாங்கினேன்.

அதன் பிறகு தான் தெரிய வந்தது; அந்த இடத்தில் தான் இருபது முப்பது வருடங்களுக்கு முன்பு அருகில் உள்ள கோபால்சாமி மலையிலிருந்து உற்சவ மூர்த்தியை சுமந்து கொண்டு வந்து ஆடிப் பாடுவார்களாம். பருத்தி, மிளகு, வத்தல், கடலை போன்றவைகளை சூறை போட்டு ஆடிப் பாடி பல்லாயிரக் கணக்கான ஜனங்கள் குதூகலமாகக் கொண்டாடுவார்களாம். ஆக சுற்று வட்டாரப் பகுதிகளில் மிகவும் விசேஷமாகக் கொண்டாடப்படும் கோபாலனின் உற்சவ மூர்த்தியை கொஞ்ச நேரம் இங்கு நிறுத்திக் கொண்டாடி மகிழ்வார்கள்.

அந்த இடத்தில் முதலில் குடிசை ஒன்று அமைத்து ஜோதி வடிவில் சக்தியை ஸ்தாபிதம் செய்தார். இவை அனைத்தும் தாமாக மனதில் தோன்றியது. கெட்ட நேரத்தை நல்ல நேரமாக மாற்றவல்ல உலக மகா சக்தி; எப்படிப்பட்ட

பிரச்சனைகளும் இங்கு வந்தால் சரியாகும். உலகிலேயே
கால நேரத்தை மாற்றக் கூடிய ஒரே சக்தி இது ஒன்று
மட்டுமே; இப்படி ஒரு அதிசய கோவில்
இருப்பதை மக்களுக்கு தெரியப் படுத்தினோம். ஓரளவு
கூட்டங்கள் வந்தது. ஒன்று இரண்டு வருடங்கள் ஆன போது
விக்கிரகத்துடன் கோவில் கட்ட நினைத்தோம்.

ஆரம்பத்தில் இருந்தே எப்போதெல்லாம் கோவில் பற்றி
நினைக்கிறேனோ அப்போதெல்லாம் மனதில் ஏதோ
தோன்றும். முதலில் வட்ட வடிவத்தில் கோவில் கட்டி,
ஜோதியை பிரதிஷ்டை செய்து, அதில் எதிர்பார்த்த சக்தி
கிடைக்கவில்லை என்பதை பக்தர்கள் மூலம் தெரிந்தது.
அதன் பிறகு சதுர வடிவம், செவ்வகம், முக்கோணம், பிரமிட்
போன்று பத்து தடவையாவது வெவ்வேறு வடிவங்களில்
கட்டிப் பார்த்து, பக்தர்களின் நிலையைத் தெரிந்து
கொள்வது; அது சரியில்லை என்றால் மாற்றியமைப்பது.
இப்படி பத்து தடவையாவது கோவில் மாற்றியமைக்கப்
பட்டது. ஒவ்வொரு வடிவத்திலும் கட்டுவது; சக்தி
நிலை கொள்ளவில்லை என்றால் திருத்துவதுமாக
பதினோராவது முறை மனதில் தோன்றியபடி தற்போது
உள்ள வடிவத்தில் கோவில் கட்டினோம்.

2006 ஆம் ஆண்டு பிரதிஷ்டை செய்து வழிபடத்
துவங்கினோம். இத்தனை முறை கோவில்
கட்ட இவ்வளவுக்கும் எவரிடமும்
நன்கொடை கேட்டதில்லை. எம்முடைய நிலம் முழுக்க
விற்கப்பட்டு விட்டது. 2006ல் கும்பாபிஷேகம் செய்த பிறகும்
எதிர்பார்த்த அளவு சக்தி வெளிப்படாததால் காலச்சக்கரம்

ஒன்றை எம் மனதில் தோன்றியபடி செய்து பிரதிஷ்டை செய்தோம்.

அதன்படி கோவிலை 11 முறை வலம் வருவது; அதன் பிறகு தேவிக்கு அபிஷேகம் செய்யப்பட்ட நெய்யால் 11 தீபம் ஏற்றுவது என்பதை பக்தர்களுக்கு அறிமுகப்படுத்தினார். என்ன ஆச்சரியம்! நல்ல முன்னேற்றம்; நல்ல பலன்; வந்த பக்தர்கள் எல்லாம் சுபிட்சம் பெற்று மகிழ்ச்சியோடு புகழ் பாடினார்கள். இந்த செய்தி காட்டுத் தீ போல் பரவி கிட்டத்தட்ட ஏராளமான பத்திரிகைகளும், டிவி மீடியாக்களும் இக்கோவிலைப் பற்றி செய்திகள் வெளியிட்டு மேலும் பிரபலப்படுத்தினார்கள்.

அதாவது எப்படிப்பட்ட பிரச்சனைகளுக்கும் இந்த நேரக்கோவிலில் தீர்வு கிடைக்கிறது. ஊர் ஊராகக் கோவில் கோவிலாக அலைந்து நொந்து நூலாகித் தவிக்கும் பக்தர்கள் இங்கு வந்ததும் சரியாகிறது. கெட்ட நேரத்தை நல்ல நேரமாக மாற்றவல்ல சக்தி உலகிலேயே நேரக்கோவில் ஸ்ரீ காலதேவிக்கு மட்டுமே உண்டு. இவளை மிஞ்சிய சக்தி உலகில் வேறு எதுவுமே இல்லை. உலகிலேயே இரவு முழுவதும் நடை திறக்கப்பட்டு பகலில் நடை சாத்தப்படும் அதிசயக் கோவிலும் இது மட்டுமே. ஆக்கல், காத்தல், கிரகங்கள், நட்சத்திரங்கள், பஞ்சபூதங்கள், முப்பத்தி முக்கோடி தேவர்களுக்கு எல்லாம் அப்பாற்பட்ட ஒரு மாபெரும் சக்தியே ஸ்ரீ காலதேவி. கெட்ட நேரத்தை நல்ல நேரம் ஆக மாற்றவல்ல சக்தி ஸ்ரீ காலதேவியைத் தவிர உலகில் உள்ள எந்த ஒரு தெய்வ சக்தியாலும் இயங்க இயலாது.

இப்படியெல்லாம் பல ஊடகங்கள், பத்திரிக்கைகள் மூலம் செய்திகள் இக்கோவிலைப் பற்றி வெளிவந்ததும் உலகம் முழுவதும் தெரிய வந்தது. ஆக நேரக்கோவில் ஸ்ரீ காலதேவி சன்னதி சூரிய அஸ்தமனத்திற்குப் பிறகு நடை திறக்கப்பட்டு, சூரியோதயத்திற்கு முன் நடை சாத்தப்படும் உலகின் முதல் கோவில் என்று எல்லாரும் இரவில் வந்து தரிசனம் செய்தனர். காலராத்திரி என்ற திருநாமமும் காலதேவிக்கு உண்டு.  இருளைப் பகலாக்கும் சக்தி உலகிலேயே இவருக்கு மட்டுமே உண்டு. இவளுக்குப் பல்லாயிரம் திருநாமங்கள் உண்டு. அதில் குழந்தை வடிவில் சாந்த சொரூபினியாக ஓர் அம்சம்தான் இந்தக் காலதேவி திருநாமம். இது புராணங்களில் உள்ளதாக பின்னால் தெரிய வந்தது.


உண்மையில் மௌண்ட் அபுவில் பெரியவர் கூறியது போல எல்லாமே தானாக நடக்கும். அதுவும் மக்களுக்கு உள்ள பிரச்சனை தீர்ப்பதற்காகவே அவதரிப்பாள் என்ற வார்த்தை உண்மையிலேயே தேவ வாக்கு ஆயிற்று என்று பெருமிதம் கொண்டேன்.  சாதாரணமாக அழைக்க மாட்டாள். அப்படி அழைத்து சக்கரத்தில் நின்று அவளை நேருக்கு நேராகக் கண்களை மூடாமல் 11 வினாடி பார்த்து தரிசித்தால் (அதற்கு மேல் சக்கரத்தில் நிற்கக்கூடாது) கெட்ட நேரம் நல்ல நேரம் ஆக மாறி அவர்களுடைய பிரச்சினைகள் சரியாகிவிடும். விரைவில் பலன் பெற விரும்பும் பக்தர்கள் மூன்று பவுர்ணமி மூன்று அமாவாசைகளில் தொடர்ந்து வந்து பிரச்சனைகளுடன் வரும் ஒவ்வொருவரும் முதலில் கோவிலை தலா பதினோரு முறை வலமும் இடமுமாக சுற்றிய பின் தேவிக்கு அபிஷேகம் செய்யப்பட்ட நெய்

கொண்டு 11 தீபம் ஏற்றிவிட்டு காலச்சக்கரத்தில் நின்று வேண்டினால் எப்படிப்பட்ட பிரச்சனைகளுக்கும் தீர்வு கிடைக்கும் என்பது பக்தர்கள் அனுபவத்தில் கூறியதாகவும் தற்போது உலக அளவில் பேசப்பட்டு பிரபலமாகி வருகிறது. காரணம் இது ஒரு உலக அதிசய கோவில் ஆகும். உங்கள் பிரச்சினைகளைத் தீர்ப்பதற்குரிய நேரம் வந்துவிட்டது என்றால் நீங்கள் முன்னேறக் கூடிய காலம் வந்துவிட்டது என்றால் நீங்கள் ஜெயிக்க வேண்டிய நேரம் வந்துவிட்டது என்றால் எப்படியாவது யார் மூலமாவது உங்களை ஸ்ரீ காலதேவி வரவழைத்து ஜெயிக்க வைத்து விடுவாள்.

ஆக இவ்வளவு நாட்கள் தாம் கஷ்டப் பட்டது வீண் போகவில்லை என்ற ஆனந்தத்தில் இருக்கிறார். வயது முதிர்ந்த நிலையில் இப்படி ஒன்றைக் கண்டறிந்து மக்களுக்கு தந்ததைக் கண்டு பெருமிதம் கொண்டாலும் வருத்தமும் அடைகிறார். அடுத்தடுத்து பல முன்னேற்றங்கள், சிறப்பான வழிபாடு முறைகளை ஸ்ரீ காலதேவிக்கு சேவை செய்யும் பாக்கியத்தை ஸ்ரீ காலதேவி தர வேண்டும் என்ற நினைப்பில் இருந்தாலும் திக்குத் தெரியாமல் பிரச்சனை தீர வழி தெரியாமல் ஊர் ஊராக கோயில் கோயிலாக அலைந்து நொந்து நூலாகி, அழுது புலம்பி தவிக்கும் மக்களுக்கு வழியினை காட்டி விட்டோம் என்ற மகிழ்ச்சி அதிகமா; இந்த கண்டுபிடிப்பு இருபது முப்பது வயதில் தெரிந்திருந்தால் இன்னும் பல சாதனைகள் சேவைகள் செய்ய முடிந்திருக்குமே என்பதா. என்ன ஒருவேளை இதுதான் சரியான நேரம் ஆக கூட இருக்கலாம். இதிலிருந்தே இன்னும் இருபது முப்பது ஆண்டுகள் வரை

சேவை செய்ய காத்திருக்கலாம். எல்லாம் அவளுக்குத்தான் தெரியும். எது நடந்தாலும் சந்தோஷமே.

அன்பானவர்களே! ஒரு கோவில் பல கோடி ரூபாய் செலவில் பிரம்மாண்டமாக கட்டியிருக்கலாம். இன்னும் பல கோவில்கள் தங்கத்தாலும் வெள்ளியாலும் கட்டி அலங்கரித்து இருக்கலாம். இன்னும் சில கோவில்கள் கண்ணாடிகளால் கட்டியிருக்கலாம். பார்ப்பதற்குக் கண்கொள்ளாக் காட்சியாக இருக்கலாம். அவை அனைத்தும் சுற்றுலா செல்லும் காட்சிப் பொருளாக நினைக்கலாமே தவிர பிரச்சனைகளை தீர்க்கிறதா என்றுதான் பார்க்க வேண்டும். நோயுற்று அவதிப் படுவோருக்கு அழகு காட்டி என்ன பயன்? அவன் நோய்க்கு மருந்து கிடைப்பதுதானே முக்கியம்? கஷ்டப்படும் அவனுக்கு பொருளைக் காட்டி என்ன பயன்? அவனுக்கு அது கிடைக்க வேண்டுமே. அப்போது தானே கஷ்டம் தீரும். கஷ்டப்படும் அவனுக்கு இரண்டு மூன்று நாட்களாகவே சாப்பாடு இல்லாமல் இருக்கும்போது சாப்பாடு போடாமல் அழகும் ஆடம்பரமும் காண்பித்து என்ன பயன்?

பெரும்பாலும் கோயிலுக்கு ஏன் போகிறோம்? பிரச்சினைகள் தீர வேண்டும்; கஷ்டங்கள் நீங்க வேண்டும்; வியாதி குணமாக வேண்டும் என்பதற்குத் தானே கோவிலுக்கு போகிறோம். ஒரு சாதாரண குடிசை கோவிலாகக் கூட இருக்கலாம். பிரச்சினைகள் தீருகிறதா என்று தான் பார்க்க வேண்டும். அதுதானே நமக்குத் தேவை. தன் மகன் செய்யாத குற்றத்திற்காக தண்டனை பெற்ற

சூழ்நிலையில் அழகும் ஆடம்பரமும் யாராவது
விரும்புவார்களா?

ஒரு பெரிய கோடீஸ்வரன் கொள்ளை கொள்ளையாகப்
பணம் வைத்திருக்கிறார் .அதனால் நமக்கு என்ன லாபம்?
கஷ்டப் படுபவனுக்கு அது கிடைத்தால் தானே அவனுக்குப்
பயன்? ஒரு தெய்வத்தை வருடம் முழுவதும் பட்டினி போட்டு
விட்டு கிருஷ்ண ஜெயந்தி, விநாயகர் சதுர்த்தி, சரஸ்வதி
பூஜை, குலதெய்வ கொண்டாட்டம் என்று அந்த ஒரு சில
நாட்கள் மட்டும் பூஜை புனஸ்காரங்கள் செய்து வழிபடுவது;
மீதி நாட்களில் அவ்வளவாக கண்டு கொள்வதே இல்லை.
இது எந்த வகையில் நியாயமாகும்?

இந்த உலகில் மனிதன் தோன்றிய காலத்தில் இருந்து இன்று
வரை (நாளையும் கூட) நேரம் என்ற வார்த்தையை
உபயோகிக்காத எவரேனும் உண்டா? இந்த நேரத்திற்கு
மட்டும்தான் ஜாதி, மதம், இனம் என்ற எந்த பேதமும்
கிடையாது. இவ்வளவு ஏன்; கடவுளைக் கூட கெட்ட நேரம்
விடுவதாக இல்லை. நேற்று வரை சிறப்பாக இருந்த பல
கோவில்கள் கெட்ட நேரத்தில் பீடிக்கப்பட்டு இன்று கேட்பார்
அற்று ஒருவேளை பூஜைக்கு கூட வழியில்லாமல் இருண்டு
கிடப்பதும் உண்டு. அதே கெட்ட நேரம் நல்ல நேரமாக
மாறும் போது எதேச்சையாக அவ்வழியே சென்ற
தனவான்களின் பார்வை பட்டு மிகச் சிறப்பாக ஆனதையும்
பார்க்க முடிகிறது.
ஆக இந்த உலகை ஆளக்கூடிய சக்திகள் இரண்டே
இரண்டுதான்: ஒன்று நல்ல நேரம்; மற்றொன்று கெட்ட
நேரம். கெட்ட நேரம் பிரச்சனைகளை உருவாக்குகிறது.

நல்ல நேரம் அதை விடுவிக்கிறது. இந்த இரண்டு மாபெரும் சக்திகளை ஆளக்கூடிய அதிகாரி நேரக்கோவில் ஸ்ரீ காலதேவி. நேரத்தையே ஆளுகின்ற காலநாயகி. ஸ்ரீ காலதேவியை மிஞ்சிய சக்தி உலகில் வேறு எதுவும் இல்லை. மக்கள் இன்னும் சரியாகத் தெரிந்து கொள்ளவில்லை; புரியவும் இல்லை. எப்படிப்பட்ட பிரச்சனைகளையும் தீர்க்கும் சக்தி ஸ்ரீ காலதேவிக்கு மட்டுமே உண்டு. ஊர் ஊராக, கோயில் கோயிலாக அலைவதைத் தவிர்த்து ஸ்ரீ காலதேவியை சரணடைந்தால் போதும்: எல்லாப் பிரச்சனைகளும் தானாகவே சரியாகும் என்று உலக மக்கள் அனைவரும் என்று முழுமையாக உணர்கிறார்களோ அன்று நேர கோவிலுக்கு வரும் பக்தர்கள் கூட்டம் கட்டுக்கடங்காது. அந்த நாள் வெகு சீக்கிரம் வரும்.

படைக்கப்படும் போதே நல்ல நேரம் கெட்ட நேரம் சம பங்காகத் தான் இருந்தது. ஆனால் காலப்போக்கில் கெட்ட நேரத்தின் உக்கிரம் கூடி விட்டது; நல்ல நேரம் வலுவிழந்து விட்டது. எப்படி கெட்டது ஹெலிகாப்டரில் வருகிறது; நல்லது நடந்து வருகிறது என்பது போல ஒரு வீட்டைக் கட்டி முடிக்க பல நாட்கள் ஆகிறது. அதைத் தரைமட்டம் ஆக்கவோ ஐந்து நொடிகள் போதும். காரணம் கெட்ட நேரம் உடல் கவர்ச்சி பொருந்தியது. ஆனால் நல்ல நேரம் உள்ள கவர்ச்சி பொருந்தியதாகும். மனிதன் வெளி கவர்ச்சியை அதிகம் நாட நாட கெட்ட நேரத்தின் சக்தி கூடிக் கொண்டே போகிறது. நல்ல நேரம் உள்ள கவர்ச்சி பொருந்தியதால் அதை எவரும் அவ்வளவாக விரும்புவதில்லை.

நல்ல நேரத்தில் சக்தி குறையத் தொடங்கியது எப்படி என்றால் ஒரு பத்து நண்பர்கள் கூடி "ஏதாவது ஒரு கோவிலுக்குப் போய் வருவோம்; வாங்கடா" என்று ஒரு நண்பர் அழைத்தால் அந்த பத்து நண்பர்களில் ஒன்றிரண்டு நண்பர்களைத் தவிர மற்றவர்கள் அவ்வளவாக வர விரும்புவதில்லை. அதே இடத்தில் அந்த பத்து நண்பர்களையும் "ரொம்ப போர் அடிக்குது. வாங்கடா பாருக்குப் போய் கொஞ்சம் மது சாப்பிட்டு வருவோம்" என்று கூப்பிட்டால் பத்து பேர்களுடன் கூட நான்கு ஐந்து நண்பர்களும் சேர்ந்து போகத் தயாராவார்கள். கெட்ட நேரத்திற்கு சக்தி அதிகம். ஆகையால் பிரச்சினைகள் அதிகம். பிரச்சினைகள் நிவர்த்தி அடைவது குறைவு. இதில் இறைவன் பங்கு எதுவும் இல்லை.

இப்போது ஒரு உண்மை நிலவரம் பாருங்கள். கோவிலுக்குப் போய் சதா தெய்வ தரிசனம் செய்பவர்கள் எல்லாம் உத்தமர்கள் அல்ல. மழைக்குக் கூட கோவில் பக்கம் ஒதுங்காதவர்கள் கெட்டவர்களும் அல்ல. சாமியே கும்பிடாத அவர்களுக்கு வரக்கூடிய பிரச்சனைகளை விட சதா கோவிலே கதி என்று இருப்பவர்களுக்கு வரக்கூடிய பிரச்சினைகள் அதிகம் (இதெல்லாம் நேரம் செய்யும் மாயை). அதற்காக சாமியைக் கும்பிட கூடாது என்ற அர்த்தம் அல்ல. கடவுளுக்கு எல்லா மக்களும் ஒன்றே. சாதாரண மானுட தாயே தன் சேய் படும் கஷ்டங்களைத் தாங்க முடியாத போது நம்மை எல்லாம் காக்கும் அந்த உலகத் தாய் தம் மக்கள் படும் கஷ்டங்களைப் பொறுப்பாளா? அப்படியானால் மக்கள் ஏன் புலம்புகிறார்கள்?

"தாயே, சதா உன்னையே பூஜிக்கிறேன். உன்னையன்றி எனக்கு வேறு கதியில்லை. அப்படி இருக்க எனக்கு ஏன் இந்த சோதனை? உனக்கு கருணையே இல்லையா? அப்படி என்ன பாவம் செய்து விட்டோம் இப்படி தண்டிப்பதற்கு? எனக்குத் தெரிந்து கெட்டவர்கள் எல்லாம் ஜெகஜோதியாய் இருக்கிறார்களே. இதையும் நீதானே பார்க்கிறாய். எல்லாரும் சொல்வது போல நீயும் கெட்டவர்களுக்குத் தானே துணை போகிறாய்? கேட்டால் கஷ்டம் அதிகம் கொடுக்கக் கொடுக்க கடவுள் நம்மை நெருங்குகிறார்; நம்மைப் பதப்படுத்துகிறார் என்று வேதாந்திகள் கூறுகிறார்களே. ஆனால் நான் ஒரு சாதாரண மானுடன். என்னால் உன் சோதனையைத் தாங்க இயலுமா? மனம் இறங்கு தாயே! கண் திறந்து பாரு தாயே!" என்றெல்லாம் புலம்புகின்றனர்.

சந்தேகமாக உள்ளது. கடவுள் என்று ஒன்று உண்டா இல்லையா என்று. அன்பானவர்களே; கடவுளின் சக்தியை அளவிட முடியாது. கடவுள் யார் எதை எப்போது எங்கே கேட்டாலும் பேதம் பார்க்காமல் அருளைத் தந்து கொண்டு தான் இருக்கிறார். ஆனால் அவர் கொடுக்கும் அருள் நம்மிடம் வந்து சேர விடாமல் நம்மைப் பிடித்த கெட்ட நேரம் அதைத் தடுத்து விடுகிறது. இதுதான் உண்மை. இதில் கடவுள் மேல் எந்தத் தவறும் இல்லை. அப்படியானால் தெய்வ சக்தியை விட நேரம் சக்தி வாய்ந்ததா? இந்தக் கேள்விக்கு பதில் ஆம் என்பதே. ஒருவருக்கு நேரம் மட்டும் நன்றாக இருந்தால் போதும்; அவர் ஒரு கோவிலுக்குள் சென்று அங்குள்ள கதவை உடைத்து, உண்டியல், பணம், நகை, பொருள்களை எல்லாம் எடுத்துக்கொண்டு, சமயத்தில் நம்மையெல்லாம் காக்கும் சக்தி வாய்ந்த தெய்வ

விக்கிரகங்களைக் கூட சர்வ சாதாரணமாகத் திருடிச்
சென்று விடுகிறார்கள் (இன்றளவும் இது நடந்து கொண்டு
தான் இருக்கிறது). அப்போது அந்த சக்தி வாய்ந்த
தெய்வங்கள் நினைத்தாலும் அவர்களைத் தண்டிக்க
முடியாது (நல்ல நேரம் இருக்கும் வரை).

நேரம் நன்றாக இருந்தால் ஒருவன் கொள்ளைக்காரனா
திருடனா என்று இப்படி எதுவுமே பார்க்காது அவன் வளர்ச்சி
அடைந்து கொண்டே தான் இருப்பான். அவன் மவுசு கூடிக்
கொண்டேதான் போகும். சமுதாயத்தில் அவன் அந்தஸ்து
செல்வாக்கு கூடிக் கொண்டே தான் போகும். ஆனால்
காலச்சக்கர சுழற்சியால் கெட்ட நேரம் வந்து விட்டால்
அவ்வளவுதான்; நேற்று வரை போற்றப் பட்டவன் இன்று
எல்லோராலும் தூற்றப்படுவான். அவனுடைய அந்தஸ்து,
கௌரவம், படிப்பு, பதவி, பணம், செல்வாக்கு அத்தனையும்
நொடிப் பொழுதில் பறி போய் சந்தி சிரிக்க வைத்து விடும்.
இந்த இரண்டுமே இன்றளவும் நடந்து வரும் நிகழ்வுகளே.
இதை எல்லாரும் அறிவார்கள்.

ஆக மானுட சக்தி, கிரக சக்தி, தெய்வ சக்திகளுக்கு
எல்லாம்  அப்பாற்பட்டு இயங்கக் கூடிய ஒரு மாபெரும் சக்தி
தான் நேரம். நேரமே உலக மகா சக்தி. இதுதான்
உண்மையான நேரம்; ஆக உண்மையான நேரம் என்பது
மனித எண்ணங்களுக்கும் செய்த கர்மாக்களும் தகுந்தபடி
நல்லது கெட்டது என்று மாறி மாறிச் சுற்றி வரும் காலச்
சக்கரம். உண்மையான நேரம்தான் இக்காலச்சக்கரம்.
ஒவ்வொரு மானுட சரீரத்திலும் இக்காலச்சக்கரம் சதா
இயங்கிக் கொண்டே இருக்கிறது. இதில் தீய பார்வை

படும்போது தீய சொற்களும் செயல்களும் உருவாகும். அப்போது பிரச்சினைகள் ஆரம்பமாகி விட்டது என்று சொல்லலாம். அதனால்தான் பெரிய பெரிய ஞானிகள் மகான்கள் பெரியோர்களைச்

சந்திக்கவேண்டும்  என்கிறார்கள். அடிக்கடி சக்தி வாய்ந்த கோவில்களுக்குச் செல்ல வேண்டும். அப்படியாவது அங்கு எவராவது மகான்களின் பார்வை படுமே என்று சொன்னார்கள் போலும். அப்போது நல்லவர்களின் பார்வை நம் சரீரத்தில் இயங்கும் காலச்சக்கரத்தில் படுவதால் பல நல்ல செயல்கள் செய்ய தோன்றும். அத்தோடு கோவிலின் சக்தியும் சேரும்போது கெட்டவன் கூட நல்லவனாக மாறி விடுகிறான்.

நல்லதும் கெட்டதும் காலச்சக்கரத்தின் சுழற்சியால் நடக்கும் நிகழ்வுகளே. இவ்வளவு சக்தியுள்ள இந்தக் காலச்சக்கரத்தை இயக்கும் அதிகாரம் பெற்றவள் அகில உலக நாயகி நேரக்கோவில் ஸ்ரீ காலதேவி மட்டுமே. இவள் இயக்கத்தில்தான் இந்த ஈரேழு புவனங்கள் இயங்குகிறது. இவள் சம்மதம் இல்லாமல் உலகில் உள்ள எந்த தெய்வ சக்திகளும் அருள் வழங்க இயலாது. இதை மக்கள் என்று முழுமையாக ஏற்கிறார்களோ அன்று இங்கு கோடான கோடி பக்தர்கள் வருவார்கள். இவளால் மட்டுமே கெட்ட நேரத்தை நல்ல நேரமாக மாற்ற முடியும். ஆக கடவுள் அருள் தர முன் வந்தாலும் நேரக்கோவில் ஸ்ரீ காலதேவி நல்ல நேரம் உங்களுக்கு தந்தால் மட்டுமே உங்கள் பிரச்சினைகள் தீரும்.

ஒரு சில உதாரணங்களின் மூலம் தெரிந்து கொள்ளலாம். ஒரு அறையில் உயரத்தில் ஒரு விளக்கு எரிகிறது. அதன்

முன் உட்கார்ந்து இருக்கும் அனைவரின் மேலும் அந்த
விளக்கு ஒளி சமமாகத் தான் படும். ஆனால் நமக்கு
முன்னால் உள்ளவர் திடீரென எழுந்து நின்றால் ஒளி
இருந்தும் பின்னால் அவர் இருட்டில்தான் இருப்பார்.
விளக்கின் ஒளியில் எந்த பேதமும் இல்லை.

வேறு முறையிலும் இதைக் கூறலாம். நிச்சயிக்கப்பட்ட தன்
மகளின் திருமணம் இன்னும் இரண்டு நாட்களே உள்ள
நிலையில் சொந்தத்தில் யாரோ ஒருவர் பணம் தருவதாகச்
சொன்னதை நம்பி ஒருவர் தடபுடலாக ஏற்பாடு
செய்துவிட்டார். ஆனால் கடைசி நேரத்தில் கைவிரித்து
விட்டார். அதன்பிறகு எங்கெங்கோ கேட்டுப் பார்த்தும் வேறு
எங்குமே பணம் ஏற்பாடு ஆகவில்லை. மறுநாள் முகூர்த்தம்.
என்ன செய்ய என்று தவித்துக் கொண்டிருந்தார்.

அப்போதுதான் கல்யாணத்திற்கு வந்திருந்த மிக மிக
உயர்ந்த நிலையில் இருக்கும் அவருடைய பால்ய
நண்பரைச் சந்தித்தார். முதல் நாளே திருமணத்திற்கு
வந்திருந்த தன் நண்பரைப் பார்த்து அந்நிலையிலும்
சந்தோஷம் அடைந்தார். உற்ற நண்பர் என்பதால் அவரைத்
தேடிப் போய் முதலில் பத்திரிகை வைத்திருந்தார். ஆனால்
மகளோட திருமணம் நின்று விடுமோ என்ற கலக்கத்தில்
இருந்த அவருக்கு தன் முகக் கலேசத்தை மறைக்க
இயலவில்லை. நண்பரின் சோர்வை பார்த்து பால்ய நண்பர்
விபரம் அறிந்துள்ளார்.

"என்ன நண்பா, இதற்காகவா கலங்குகிறாய்? எவ்வளவு
பணம் வேண்டுமானாலும் நான் தருகிறேன்," என்று

வாக்களித்தார். நண்பரோ "இரண்டு லட்சம் இருந்தால்தான் என் மானம் காக்கப்படும்," என்றார். "இவ்வளவுதானே, நாளை காலை எட்டு மணிக்குள் பணத்தோடு வருகிறேன்," என்று கூறிச் சென்றுவிட்டார்.

"எங்கே நண்பன் மூலமாய் நமது பங்காளி மகள் கல்யாணம் நடந்து விடுமோ" என்று நினைத்து, "அதை எப்படியும் தடுக்கவேண்டும்; பங்காளி மகள் திருமணம் நடக்க விடக்கூடாது; அவன் அவமானப்பட்டு நிற்பதைக் கண்குளிரப் பார்க்க வேண்டும்" என்று கங்கணம் கட்டிக்கொண்டு இருக்கிறார் அவரது உறவினர் ஒருவர். ஏற்கனவே பணம் தருகிறேன் என்று சொன்னவரையும் கொடுக்க விடாமல் தடுத்ததும் இவர்தான். கொஞ்சம் தீய பழக்கங்கள், தீய குணம், முரட்டுத்தனம் கூட. அவனைப் பகைத்துக் கொண்டால் வெட்டி விடுவான் என்ற பயத்தில் கடைசி நேரத்தில் பணம் தருவதாகச் சொன்ன அந்த உறவினர் கை விரித்து விட்டார். இப்போது பங்காளி பால்ய நண்பர் பணம் தருவதாகக் கூறிச் சென்றதைக் கேள்விப்பட்டு "வரட்டும் பார்க்கலாம்" என்று

மறுநாள் காலை ஆறு மணிக்கே
மண்டபம் வாசலில் ஆட்களை நிறுத்தி விட்டார்.

நண்பர் சரியாக எட்டு மணிக்கு மண்டபத்திற்குள்
பணத்துடன் நுழைய முற்பட்டவரை வாசலில் மடக்கி
"ஒழுங்காக வந்த வழியே ஊரு போய்ச் சேரு. உள்ளே
நுழைய முற்பட்டால் நடப்பதற்கு கால்கள் இருக்காது," என்று
பெரிய வீச்சருவாள் காண்பிக்கவும் பணத்துடன் வந்த
நண்பரோ "நமக்கு எதற்கு வம்பு?" என்று திரும்பிப்
போய்விட்டார். விளக்கு என்பது கடவுள் ஒளி; அருள்.
குறுக்கே எழுந்து நிற்கும் மனிதன் கெட்ட நேரம். இங்கே
பால்ய நண்பர் என்பது கடவுள். பணம் என்பது தெய்வ
அருள். முரடன் என்பது கெட்ட நேரம். இதிலிருந்து என்ன
தெரிகிறது? எந்த ஒரு தெய்வமும் அருள் வழங்கத்
தயங்குவதே இல்லை. ஆனால் கெட்ட நேரம் என்ற திரை
விலகினால் மட்டுமே நல்ல நேரம் உள்ளே பிரவேசிக்க
முடியும். அப்போதுதான் தெய்வத்தின் அருள் கிடைக்கும்.
பிரச்சனைகளும் தீரும்.

இந்த கெட்ட நேரம் என்ற திரையை விலக்கி, நல்ல
நேரத்தை உள்ளே பிரவேசிக்க வைத்து, தெய்வ அருள்
நமக்குக் கிடைக்க செய்து, அதனால் பிரச்சனை தீர உதவி
செய்கிறது. இதுதான் இவளுடைய மகத்தான பணி. ஒரு
நாட்டின் அரசன் நேரடியாக வந்து ஒவ்வொரு குடி மக்களின்
குறைகளை தீர்க்க இயலாது. ஆகையால் அவருக்குக் கீழ்
பல இலாக்காகளை வகுத்து, அதற்குரிய அதிகாரிகளை
நியமித்து, நாடி வரும் மக்களின்

குறைகள்  தீர்க்கப்படுகிறது. இருந்தாலும் பிரச்சினைகள் தீர்த்தது என்னவோ அரசர்தான்.

இதே போல் தெய்வ உலகின் தலைவர் மூலசக்தி என்று அனைவராலும் ஒப்புக் கொள்ளப்பட்ட ஏதோ ஒரு சக்தி பலப்பல இலாகாக்களை நியமித்து அதற்குரிய அதிகாரிகளை (குட்டிக் குட்டி தெய்வங்கள்) நாடி வரும் மக்களின் குறைகளை நிவர்த்தி செய்கிறது. மானுட வாழ்க்கையில் நியமிக்கப்பட்ட அதிகாரிகள் தவறு செய்ய வாய்ப்புள்ளது. அதனால் பலரின் குறைகள் நீங்காமலே போய் விடுகிறது. ஆனால் தெய்வ உலகில் அவர் அவர்களுக்கு இடப்பட்ட பணிகளை ஒரு சிறு தவறு கூட நடக்காமல் பாரபட்சம் பார்க்காமல் செவ்வனே செய்வார்கள்.

அப்படியிருக்க கோவிலுக்குச் சென்று வேண்டியும் அந்த பிரச்சனை ஏன் தீர்வதில்லை? இது ஊர் ஊராக, கோயில் கோயிலா அலைந்து நொந்து நூலாகி, பிரச்சினைகள் தீராமல் தவிக்கும் மக்களின் கூற்று. இதில் ஒரு உண்மை ஒளிந்துள்ளது. அன்பானவர்களே, பொதுவாக ஒருவருக்கு வயிற்று வலி என்றால் என்ன செய்வோம்? டாக்டரிடம் போய்க் காட்டுவோம். அவரால்தான் வயிற்று வலி சரியாகும். அதை விடுத்து ஒரு வக்கீலிடம் போய் "ஐயா, எனக்குத் தீராத வயிற்றுவலி; குணமாக்குங்கள்," என்று அழுது புலம்பினால் அவரால் எப்படிக் குணப்படுத்த முடியும்?

ஆகையால் எந்தக் குறை தீர எங்கு சென்றால் சரியாகுமோ அந்த சரியான இடத்திற்கு சென்றால் பிரச்சனை சரியாகிவிடும். ஆகையால் தான் 100 நபர்கள் பல்வேறு பிரச்சனைகளை சுமந்து கொண்டு ஏதோ ஒரு தெய்வ ஸ்தலத்திற்கு சென்று முறையிட்டால் அவர்களுடைய பிரச்சினைகள் எல்லாருக்கும் எப்படி சரியாகும். இது தெரியாமல் கடவுளைக் கல் என்றும் கருணை இல்லாத ஜடம் என்றும் வசை பாடுகிறார்கள் விரக்தியில். இதில் கடவுள் மேல் எந்தத் தவறும் இல்லை. நாம்தான் சரியாக தெரிந்து கொள்ளவில்லை.

வயிற்று வலி நீங்க டாக்டரிடம் போகாமல் வக்கீலிடம் சென்று முறையிட்டது எப்படி சரியாகும்? அதாவது குறை ஒன்று; அது நிவர்த்தியாகும் இடம் வேறு. சரி, இதை எப்படித் தெரிந்து கொள்வது? வருமான சான்றிதழ் எங்கே வாங்க வேண்டும் என்று கேட்டால் வி. ஏ. ஓ. இடம் செல்லுங்கள் என்று சரியான வழியைச் சொல்லி விடுவார்கள். ஆனால் தெய்வ உலகில் எந்தக் கோவிலில் எந்தக் குறை தீர்க்கும் சக்தி உள்ளது என்று மனிதனால் தெரிந்து கொள்ள வாய்ப்பில்லை. இப்படி இருக்கும் நிலையில் நாம் என்ன செய்ய வேண்டும்?

உங்களுடைய பிரச்சனை எதுவானாலும் சரி; நேரக்கோவில் ஸ்ரீ காலதேவியிடம் சென்று முறையிட்டால் உங்கள் பிரச்சனை எந்த ஸ்தலத்திற்கு சென்றால் சரியாகுமோ அந்த ஸ்தலத்திற்கு உங்களை அழைத்துச் செல்ல அதற்குரிய சந்தர்ப்ப சூழ்நிலைகளை உருவாக்கி சரியாக அங்கு செல்ல வைத்து விடுவாள். அனுப்புவதற்கு

முன் உங்களிடம் கெட்ட நேரம் ஏதாவது இருந்தால் அதை நல்ல நேரமாக மாற்றி அனுப்புவாள். அப்போது உங்கள் குறைகள் தானாக சரியாகும். கெட்ட நேரம் இல்லாத போது எந்த ஒரு தெய்வமும் எவரையும் வெறும் கையுடன் அனுப்புவதில்லை.

ஆக நமக்கு இப்போது எது ரொம்ப முக்கியம்? பிரச்சினைகள் தீர ஊரு ஊராக கோவில் கோவிலா அலைவதை விடுத்து நமது குறை தீரும் சரியான இடத்திற்கு சென்றால் பணம் பொருள் காலம் அனைத்தும் மிச்சமாகி சீக்கிரம் சரியாக வாய்ப்புள்ளது. எனவே ஸ்ரீ காலதேவியிடம் சரணடைந்தால் அவள் உங்களுக்கு சரியான பாதையைக் காட்டி அருள்புரிவாள்.

ஓம் ஸ்ரீ காலதேவியே நமோ நமஹ

# ஸ்ரீ காலதேவியின் மூல மந்திரம்

காலராத்ரீ கலாதார ரூப ஸௌபாக்ய தாயீனீ

வாக்தேவீஷ வராரோஹா வாரி ஜாஸ்னா

சித்ராமபரா சித்ரகந்தா சித்ரமால்ய வியூலதாகாந்தா

காம்ப்ரதா வந்தயா வித்யாதரன் ஸபுர்தா.

ஷேம நலன் ஸ்துதி

"ஸ்வஸ்தி ப்ரஜாப்ய பரிபாலன யந்தாம்

ந்யாயயேன மார்க்கோண மஹஉம் மஹஉஷா

காலே வர்ஷது பர்ஜன்ய

ப்ரீத்வி ஸஸ்ய சாலினீ

தேஷேயோம் ஷோபர ஹிதோ

லோகாஸ் ஷந்து நிர்பயா"

# இதுதான் எமது வேண்டுகோள்

இப்போது பிரச்சினைகள் ஏன் எப்படி உருவாகின்றன; என்ன செய்தால் தீரும் என்பதைப் பற்றிப் பார்ப்போம். பிரச்சினைகள் கஷ்டங்கள் தானாக உருவாவதில்லை. எப்போதோ ஒரு மானுடத்திற்கோ அல்லது மற்ற ஜீவராசிகளுக்கோ பிரச்சினைகள் உருவாகிறது என்றால் அவற்றிற்கு நிர்ணயிக்கப் பட்ட கெட்ட நேரம் தொடங்கி விட்டது என்பது எமது கருத்து. வாழும் ஜீவராசிகளுக்கும் மட்டுமல்ல; பிரபஞ்சத்திற்கும் கூட உண்டு. அவைகளுக்கு உரிய நேரம் வரும் போது இந்த கிரகம் அல்லது இந்த விண்கல் அல்லது இந்த நட்சத்திரம் ஒன்றுக்கொன்று இடம் பெயர்வதாலேயோ ஒன்றுக்கொன்று மோதிக் கொள்வதாலேயோ பல நிகழ்வுகள் நடக்க வேண்டும் என்பது ஏற்கனவே நிர்ணயிக்கப் பட்ட ஒன்று.

மானுடர்களுக்குப் பிரச்சினைகள் வருவது முன் வினைப் பயனாலும், தற்போது செய்யும் கர்மாக்களாலும், தீய எண்ணங்களாலும், காலச்சக்கரத்தில் கெட்ட நேரம் ஓரிடத்தில் நிலைத்து நின்று விடுவதால் கெட்ட நேரப் பிடியில் சிக்கி சின்னா பின்னமாகின்றனர். கெட்ட நேரம் எப்போது பீடிக்கிறதோ நல்ல நேரம் என்ற ஒன்று இந்த உலகில் இருப்பதைத் தெரிந்து கொள்ளவே இப்படி நிகழ்வுகள் நடக்கிறது. இந்தப் பிரச்சனைகளுக்குத் தீர்வு?

பிரச்சினைகள் எப்போது ஆரம்பித்ததோ அப்போதே அது தீர்வதற்கும் வித்திடப்பட்டு உள்ளது.

எப்படி என்றால் பிரச்சனைகளை உருவாக்குவது கெட்ட நேரம் என்றால் அதைத் தீர்ப்பது நல்லநேரம். மேற்கூறிய அனைத்தும் பொதுவான கருத்துக்களேயாகும். பிரச்சினைகள் இல்லாதவர்கள் எவரேனும் இந்த உலகில் உண்டா என்று கேட்டால் இல்லை என்ற பதிலே வரும். தெய்வங்களுக்கே சமயத்தில் பிரச்சினைகள் (கெட்ட நேரம் தடுத்து விடுவதால்) வந்து தன் அருளை வழங்க முடியாமல் கதவைத் தாழிட்டுக் கொள்கிறது என்றால் பிரச்சினைகள் எந்த அளவுக்கு வலுவானது என்று தெரிய வைக்கத்தான்.

இவ்வளவு நேரம் பிரச்சனைகளை பற்றி கூறினோம். இப்பொழுது நேரக்கோவில் ஸ்ரீ காலதேவி பிரச்சனைகளைத் தீர்ப்பதில் எவ்வாறு உதவுகிறாள்? ஸ்ரீ காலதேவி நல்ல நேரத்தைத் தராத வரை தெய்வங்களால் அருள் வழங்க இயலாது. சந்தர்ப்ப சூழ்நிலைகளை உருவாக்குவது இவளே. மானுட உலகில் உள்ள எல்லா அதிகாரிகளுக்கும்

மக்களுடைய எல்லாப் பிரச்சனைகளையும் தீர்க்க இயலாது. ஒவ்வொரு அதிகாரிக்கும் ஒவ்வொரு விதமான பிரச்சனைகளைத் தீர்க்கும் சக்தி உண்டு. சில அதிகாரிகள் சில பிரச்சினைகளை மட்டுமே சரி செய்வர். சில ஸ்பெஷலிஸ்ட் டாக்டர்கள் குறிப்பிட்ட வியாதியை மட்டுமே குணப்படுத்துவர்.

கலெக்டரோ மந்திரியோ பல பிரச்சனைகளை ஒரே நபராகத் தீர்த்து வைப்பது போல சில தெய்வங்களுக்கு ஒரு குறிப்பிட்ட பிரச்சனைகளைத் தீர்க்க மட்டும் அருள் வழங்க இயலும். ஆக மானுட உலகில் வாழும் நமக்கு தெய்வ உலகில் எந்தத் தெய்வத்திடம் எந்த மாதிரி பிரச்சனைகளைத் தீர்க்க அருள் வழங்கும் சக்தி உள்ளது என்பது சாதாரணமாக நமக்கு தெரிய வாய்ப்பில்லை. ஆகையால் மக்கள் ஊர் ஊராக கோயில் கோயிலாக அலைந்து தவிக்கிறார்கள். இவர்கள் நேரக்கோவில் ஸ்ரீ காலதேவியிடம் சரணடைந்தால் ஸ்ரீ காலதேவி என்ன செய்கிறாள்? வந்த பக்தருக்குக் கெட்ட நேரம் உக்கிரமாக இருந்தால் அவள் பார்வை பட்டதும் அந்தக் கெட்ட நேரம் நல்ல நேரமாக மாற்றி விடுகிறாள்.

நேரம் நன்றாக இருக்கும் பட்சத்தில் எந்தத் தெய்வமும் அருள் வழங்க மறுப்பது இல்லை. ஆனால் அந்த நேரம் வர வேண்டுமே. அதற்குரிய சந்தர்ப்ப சூழ்நிலைகள் உருவாக வேண்டுமே. எப்படி என்பதைப் பார்ப்போம்.

ஒரு சக்தி வாய்ந்த கோவில்; அங்கு சென்று வேண்டினால் எப்படிப்பட்ட பிரச்சனைகளும் தீர்ந்து விடும். ஒரு சக்தி

வாய்ந்த மகான் அவரிடம் சென்று ஆசி பெற்றால் தரித்திரன் கூட தன்வந்தன் ஆகி விடுவான். ஒரு சித்தர் பல அற்புத சக்திகளைப் பெற்றவர். அவர் திருக்கரம் பட்டாலே போதும்; எப்படிப்பட்ட நோயும் குணமாகி விடும். ஒரு செல்வந்தர் வாரி வாரி வழங்கும் வள்ளல் குணம் கொண்டவர். அவரிடம் சென்று முறையிட்டால் பொருள் உதவி கிடைத்து கஷ்டங்கள் நீங்கும். ஒரு செல்வாக்கு மிக்க பெரிய மனிதர் தயாள குணம் கொண்டவர். அவரிடம் சென்றால் நல்ல வேலை கிடைக்க உதவி செய்வார். ஒரு அரசர் நியாயமானவர்; தர்மவான்; அவரிடம் சென்றால் நீதி கிடைக்கும்.

 ஆக இங்கே கோவிலோ, மகானோ, சித்தரோ, செல்வந்தரோ, பெரிய மனிதரோ, அரசரோ எல்லாருமே அற்புத சக்தி பெற்றவர்கள் தான். அவர்களிடம் சென்று முறையிட்டால் நிச்சயமாக நமது பிரச்சினைகள் தீரும். இது நூற்றுக்கு நூறு மறுக்க முடியாத உண்மை. ஆனால் அங்கு செல்வதற்குரிய சந்தர்ப்ப சூழ்நிலைகளும் அதற்குரிய நேரமும் அமைய வேண்டுமே. அந்த நேரத்தையும் சந்தர்ப்ப

சூழ்நிலைகளையும் அமைத்துத் தருவது நேரக்கோவில் ஸ்ரீ
காலதேவியின் முக்கியமான பணி.

நேரக் கோவிலின் அமைப்பு: உலகில் வேறு எங்குமே
இல்லாத ஒரு சக்திதான் நேரக்கோவில் ஸ்ரீ காலதேவி. வேறு
எந்தக் கோவிலுக்கும் இல்லாத ஒரு வித்தியாசமான கட்டிட
வடிவமைப்பு. இப்படி ஒரு அமைப்பு வடிவத்தில்தான் கெட்ட
நேரத்தை நல்ல நேரமாக மாற்ற வல்ல சக்தி உருவாகிறது.
இப்படி வடிவம் கண்டறிய இதற்கு அதே இடத்தில் பத்து
வகையான வடிவங்களில் கோவில்கள் கட்டி சரியாக சக்தி
அமையாததால் பதினோராவது முறையாக
உருவாக்கப்பட்ட வடிவமே இந்த நேரக்கோவில். இப்படி ஒரு
வடிவில் மட்டுமே முழுமையான சக்தி வெளிப்படுவது
தெரிய வந்ததால் இந்த வடிவமே நிலையானதாக உள்ளது.

உடுக்கு போன்ற அமைப்பு; வெளியே அகலமாகவும்,
கருவறை பக்கம் குறுகலாகவும், முறம் போல முன்னும்
பின்னும் ஒரே அளவில் ஒரே மாதிரியாக சுமார் 52 அடி
நீளமும் அதே அளவில் கோபுரமும் 52 அடியாக
அமைக்கப்பட்டுள்ளது. எண்கோணங்களில் கருவறையும்
அதே எண்கோணங்களில் கோபுர அமைப்பும் எட்டு
பாகங்களாக அமைக்கப்பட்டுள்ளது. கருவறை
எண்கோணத்தில் இருப்பதால் பக்தர்கள் உள்ளே தரிசனம்
செய்யப் போகும்போது முரம் போல கெட்டதை முன்புறம்
உள்ள கால தேவியிடம் தள்ளிவிடுகிறது. கருவறைக்குள்
சென்று கெட்ட நேரம் அஷ்டதிக் பாலகர்களால்
கட்டுப்படுத்தப்பட்டு, ஸ்ரீ காலதேவி அதைத் திரும்ப
பக்தர்களிடமே நல்லதாக மாற்றிக் கொடுப்பதால் இந்தக்

கோவிலில் எப்படிப்பட்ட பிரச்சனைகளோடு வந்தாலும் சரி;
அவர்கள் குறைகள் நீக்கப்பட்டு சுகம் அளிக்கிறது.
கோவிலின் பின்புறம் தியான பீடம் அமைந்துள்ளது.

# முடிவுரை

ஊர் ஊராக, கோவில் கோவிலாக அலைந்தும் சுமார் 17 வருடங்கள் பிரச்சனைகள் தீராமல் கஷ்டங்களின் பிடியில் சிக்கி சின்னாபின்னமாகி, தவியாய் தவித்த நிலையில் பிரச்சனைகளுக்கு காரணகர்த்தா எது? என்ன செய்தால் பிரச்சனைகள் தீரும், தெய்வ சக்திகள், பரிகாரங்கள், வழிபாடுகள், பூஜை புனஸ்காரங்களினால் பிரச்சனைகள், கஷ்டங்கள் தீராத போது நிச்சயமாக இவைகளுக்கெல்லாம் அப்பாற்பட்டு ஏதோ ஒரு மாபெரும் சக்தி ஒன்று இந்த உலகில் இயங்க வேண்டும், அந்த மகத்தான சக்தி எது? என்ன செய்தால் அந்த சக்தியை பெறலாம்.

இவ்வாறு கோடானகோடி மக்களின் துயரத்திற்கு விடை தேடி, காஷ்மீர் முதல் கன்னியாகுமரி வரை நாடு முழுவதும் தேடிய தேடலின் விளைவாக, இறுதியில் ஒரு கோவில் உருவானது. இந்த கோவிலை வடிவமைக்கச் செய்யததும் சாதாரணமாக அல்ல, சக்தி வெளிப்படாமல் இருந்ததால் இதே இடத்தில் பல முறைகள் கோவிலைக் கட்டி இடித்து, இதை 11-வது முறையாக கட்டி முடித்தபோது சக்தி வெளிப்பட்டது. அதுவும் சூரிய அஸ்தமனத்திற்கு பிறகு, சூரிய உதயத்தை எதிர்நோக்கி, கெட்ட நேரம் நல்ல நேரமாக மாறி, பல பிரச்சனைகளுக்கும் தீர்வு கிடைத்தது. முடிவுக்குவந்ததை கண்டறிந்ததால் உருவான 11வது முறை கட்டிய கோவில் இது.

நன்றி